ஆன்மீகம்

தெரிந்ததும் - தெரியாததும்

****

உஷா சுப்ரமணி

****

சங்கர் பதிப்பகம்

15/21, டீச்சர்ஸ் கில்டு காலனி, 2–வது தெரு,
வில்லிவாக்கம், சென்னை – 600 049
தொலைபேசி: 26502086, 9444191256.

பதிப்பு : 2022
மொத்தப் பக்கங்கள் : 128
பதிப்பாளர் : சங்கர் பதிப்பகம்
15/21, டீச்சர்ஸ் கில்டு காலனி,
2-வது தெரு,
இராஜாஜி நகர் விரிவு,
வில்லிவாக்கம் - 600 049.
தொலைபேசி: 26502086.
ஒளி அச்சு : ஸ்ரீ விக்னேஸ்வரா கிராஃபிக்ஸ
போன்: 9884513164
முன் அட்டை : ரமேஷ்

★★★

ஆசிரியர் உரை

இறைவனுக்கு வணக்கம்!

ஆன்மீக பக்தர்களுக்கு வணக்கம்!!

ஆட்டுவிப்பவன் நம்மை ஆட்டுவிக்க நம்மால் ஆவது ஏதுமில்லை. அவன் கையில் நாம் ஒரு கருவி என்பதை உணர வேண்டும். **-வள்ளலார்.**

இறைவனிடம் சரணடைந்து அவன் விருப்பத்திற்காகக் காத்திருங்கள். நாம் நினைப்பது போல் இறைவன் நடக்க வேண்டுமானால் அது சரணாகதி கிடையாது. எதை, எப்போது, எவ்வாறு செய்வது என்று இறைவனுக்குத் தெரியும். எல்லாவற்றையும் முற்றிலுமாக அவனிடம் விட்டுவிடலாம். சுமை அவனுடையது. நமக்கு இனி கவலை இல்லை. சரணாகதி அப்படிப்பட்டது. **-ரமணர்.**

மேற்காண் மகான்களின் வேத வாக்கின்படி,
தெய்வம் உண்டென உணர்ந்திடுவோம்!
தேவன் ஒருவனே எனத் தெளிந்திடுவோம்!!

நாம் தினமும் எண்ணற்ற செயல்களில் ஈடுபட்டு பொருள் ஈட்டுவதிலேயே காலத்தினைக் கழிக்கின்றோம். தீமைக்கெல்லாம் ஆதிகாரணம் ஆசையே!

இந்த உலக வாழ்விற்கு பொருள் தேவைதான். ஆனால் இறைவன் அருளும் தேவை.

'அருள் இலார்க்கு அவ்வுலகம் இல்லை'

இறைவன் அருள் இருந்தால் நமக்கு அனைத்து வகை நன்மைகளும், செல்வங்களும் வந்து சேரும்.

'தாயின் காலடியில் சொர்க்கம் இருக்கிறது'

'மாத்ரு தேவோ பவ'

என்று வேதமும் தாயைப் போற்றுகிறது. சிறார் முதல் பெரியோர் வரை தாயை வணங்கிவிட்டு அன்றாடப் பணியைச் செய்யலாம்.

இளம் வயதிலேயே குழந்தைகளுக்கு பக்தி உணர்வை ஊட்ட வேண்டும். பக்திப்பாடல்கள், சுலோகங்கள் சொல்லும்போது அவர்களையும் நம்முடன் சேர்ந்து சொல்லச் செய்ய வேண்டும்.

பள்ளிகளிலும் ஆன்மீகக் கல்வி அவசியம். இளைஞர்களை ஆன்மீகத்தின் பக்கம் திருப்பிவிட்டாலே உயர்ந்த இடத்திற்குச் சென்றுவிடலாம்.

இந்நூலில் இடம்பெற்றுள்ள சுலோகங்களை பூசை அறையில் எழுதி வைத்து தினமும் பாராயணம் (சொல்லுதல்) செய்துவந்தால் மனதில் பதிந்துவிடும். பின்னர் எங்கு எப்போது வேண்டுமானாலும் சொல்லலாம். இது அனுபவத்தில் கண்ட உண்மை.

எங்கும் நிறைந்த இறைவனை எளிதாகக் கிடைக்கும் பச்சிலையினாலும், பூவினாலும், நீராலும் நாம் வழிபாடு செய்வோம்.

இறைவனை நாடுவோம்!

சரணாகதி அடைவோம்!!

அன்பும் அருளும்பெறுவோம்!!!

உஷா சுப்ரமணி

(9940639798)

பொருளடக்கம்

****

1. முந்தி முந்தி விநாயகரே

உலகில் பிறந்த அனைவரும் எந்தச் செயலைச் செய்ய ஆரம்பித்தாலும் அதை அதிவிரைவில் முடிக்க என்ன வழி என்று நினைப்பது வழக்கம். ஒரு மாணவன் "இந்தக் கடினமான பாடம், பத்தே நிமிடத்தில் என் மனதில் பதிந்து விடாதா?'' என எதிர்பார்க்கிறான். இப்படி எல்லோருக்கும் ஏதோ ஒரு விதத்தில் அவசரம் இருக்கிறது.

ஆன்மீகவாதிகள் கைலாயத்தை அடைவதில் 'நான் முந்தி, நீ முந்தி' எனப் போட்டியிடுகின்றனர்.

ஒருமுறை அவ்வையார், சுந்தரர், சேரமான் பெருமாள் ஆகியோர் கைலாயத்தை அடைய ஆசைப்பட்டனர். சுந்தரர் யானை மீதும், சேரமான் பெருமாள் குதிரையிலும் கைலாயத்தை நோக்கிச் சென்றனர். யானையும், குதிரையும் ஒன்றை ஒன்று முந்திக் கொண்டு வேகமாகச் சென்றன.

ஆனால் வாகனம் ஏதுமில்லாத அவ்வையார் இவர்களுக்கு முன்னதாகக் கைலாயம் சென்றுவிட்டார். இது எப்படி?

ஔவை, '' விநாயகா! நான் கைலாயம் செல்வது எப்படி? எனக்கு வழி கிடையாதா?'' என்று கண்களை மூடி வணங்கி நின்றாள். விநாயகரே அவர் கண்முன் தோன்றினார். 'ஔவையாரே! என்னைப் பற்றி ஒரு பாட்டு பாடுங்களேன்!' என்று கேட்டார் விநாயகர்.

குரல் கேட்ட ஔவையார் கண் விழித்தார். விநாயகரைக் கண்ட மகிழ்ச்சியில் 'ஐயனே! நீ இருக்குமிடமே கைலாயம் போன்றதுதான். இப்போது, கைலாயத்தில் நின்றபடியே பாடுவதாக உணர்கிறேன்' என்று சொல்லி 'சீதக்களப செந்தாமரைப் பூம்' என்று அகவல் பாடி முடித்தார். விநாயகருக்கு ஏக சந்தோஷம். தும்பிக்கையால் அவ்வையாரை அப்படியே மேலே தூக்கி கைலாயத்தில் கொண்டு சேர்த்து விட்டார். அவ்வையாரின் ஆசையும் நிறைவேறியது.

ஆக விநாயகரை வணங்குபவர்கள் எதையும் முந்திச் செய்யும் ஆற்றல் பெறுவர். 'முந்தி முந்தி விநாயகனே' என்று பாடுவது கூட இதனால் தான்.

பிள்ளையாரை முழுமுதற் கடவுள் என்று கூறுவதும் உண்டு. மற்ற தெய்வங்களுக்கு மந்திர பிரதிஷ்டை தேவைப்படும். ஆனால், சாணம், மஞ்சள், சந்தனம் என எதைப் பிடித்து வைத்தாலும் போதும். அங்கே பிள்ளையார் எழுந்தருளிவிடுவார்.

'பிடித்து வைத்தால் பிள்ளையார்' என்று இதைச் சொல்வது உண்டு. யானைமுகம் கொண்டவர் என்பதால் குழந்தைகளுக்கு இவரை எளிதில் அறிமுகப்படுத்தி விடலாம். குழந்தைக் கடவுள் என்பதால், இவர் 'முதற்கடவுள்' ஆகிவிட்டார்.

'ஓம்' எனும் பிரணவ மந்திரம் எல்லாவற்றுக்கும் மூலமாக அமைந்துள்ளது. 'ஓம்' எனும் வடிவமாகவும், பிரணவப் பொருளாகவும் விநாயகர் விளங்குகிறார்.

''ஓம் ஸ்ரீ மகாகணாதிபதயே நம''

2. முழு முதற் கடவுள்

எந்தவொரு காரியத்தை ஆரம்பித்தாலும் விநாயகரை வழிபட்ட பிறகே ஆரம்பிப்பார்கள்.

பெயர்க் காரணம்: விநாயகர் என்பதில் 'வி' என்றால் 'இதற்கு மேல் இல்லை', 'நாயகர்' என்றால் 'தலைவர்' என்றும் பொருள்.

கணபதி- க- ஞானம்; 'ண'ஜீவர்களின் மோட்சம், பதி- தலைவன் எனவும்பொருள்படுகிறது.

எந்தச் சாபமும் பிள்ளையாரை

அணுகாது:

பார்வதிக்கு சிவன் ஞான உபதேசம் செய்து கொண்டிருந்தார். அதை தேவி கவனமாகக் கேட்கவில்லை. கோபமடைந்த சிவன் பார்வதியை மீன் பிடிக்கும் பரதவர் குலப் பெண்ணாகப் பிறக்கும்படி சபித்தார். அப்போது அங்கு வந்த முருகனும், விநாயகரும் அம்மாவின் பக்கம் சேர்ந்து கொண்டனர். சிவனின் கையில் இருந்த சுவடிகளைப் பறித்து வீசி எறிந்தனர்.

விநாயகரையும், முருகனையும் தன் இருப்பிடத்திற்குள் நுழைய அனுமதித்த நந்திகேஸ்வரரை சுறா மீனாகும்படி சாபமிட்டார் சிவபிரான். அப்போதும் கோபம் தணியவில்லை. முருகனை வணிகர் குலத்தில் ஊமைப்பிள்ளையாகப் பிறக்கச் செய்தார். ஆனால் விநாயகரை ஏதும் சொல்லாமல் விட்டுவிட்டார். விநாயகருக்கு சாபம் அளித்தால் மீண்டும் சிவனிடமே சாபம் வந்து சேரும் என்பதே இதற்குக் காரணம்.

திருவுருவத் தத்துவம்:

நீண்ட தந்தம் ஆண் தன்மையையும், சிறிய தந்தம் பெண் தன்மையையும் குறிக்கிறது. அதாவது ஆண், பெண் ஜீவராசிகள் அவருள் அடக்கம்.

பெரும் வயிறு பூதங்கள் உள்ளடக்கியது. மோதகம் சாதாரணமானது அல்ல. உலகத்துக்குள் சகல உயிர்களும் அடக்கம் என்பது போல தனக்குள் சகல உயிர்களும் அடக்கம் என்பதையே இது உணர்த்துகிறது.

அரச மரத்தடி ஏன்?

அரச மரத்தடி நிழல் படிந்த நீரில் குளிப்பது உடல் நலத்துக்கு நல்லது. பெண்கள் அரச மரத்தைச் சுற்றி வரும்போது கிடைக்கும் காற்று அவர்களது கர்ப்பப்பை குறைபாடுகளை நீக்கக் கூடியது. அதனால் தான் கிராமங்களில் குளத்தங்கரையில் அரச மரத்தடியில் பிள்ளையாரை வைத்திருக்கிறார்கள்.

உகந்த மரங்கள்:

விநாயகர் பெரும்பாலும் அரச மரத்தடியிலேயே வீற்றிருப்பார். இதுதவிர வாதநாராயண மரம், வன்னி, நெல்லி, ஆல மரத்தின் கீழும் இவரைப் பிரதிஷ்டை செய்யலாம். இந்த ஐந்து மரங்களும் பஞ்ச பூதத் தத்துவத்தை விளக்குகிறது.

அரசமரம் - ஆகாயம்

வாதநாராயண மரம் - காற்று

வன்னிமரம் - அக்னி

நெல்லி மரம் - நீர்

ஆலமரம் - மண்

இந்த ஐந்து மரங்களும் விநாயகர் கோவிலில் நடப்பட்டால் அது முழுமை பெற்ற கோவிலாக இருக்கும் என்பது ஐதீகம்.

விநாயகர் மிக எளிமையானவர். நினைத்த நேரத்தில், நினைத்த இடத்தில் வழிபடத்தக்கவர். இவரை பசுஞ்சாணத்திலும், மண்ணிலும், மாவிலும் பிடித்து வைத்து வழிபடுவர். அருகம்புல்லால் வழிபடுவது மிகவும் சிறப்பு.

தோப்புக்கரணம்:

ஒரு காலத்தில் விநாயகர் கஜமுகாசுரன் என்ற அரசனுடன் போரிட்டு தேவர்கள, "விநாயகப் பெருமானே, இதுநாள் வரை நாங்கள் கால் சோர, கண்கள் சுழல, மதிமயங்க, பயம் உந்த கஜமுகாசுரன் முன் தோப்புக்கரணம் போட்டோம். இதிலிருந்து விடுவித்து, எங்களைக் காப்பாற்றினீர்கள்.

அதற்கு நன்றியாக பக்தியுடன் எங்களால் முடிந்த ஒன்றிரண்டு தோப்புக் கரணம் போடுகிறோம். அதை ஏற்றுக் கொள்ள வேண்டும்" என்று வேண்டினர்.

பிள்ளையாரும் அதனை மனப்பூர்வமாக ஏற்றார். அன்றிலிருந்து இன்று வரை அப்பழக்கம் தொடர்கிறது.

(பிள்ளையார் சன்னதியில் மிகமிக முக்கியமான ஒன்று தோப்புக்கரணம். புத்தியை விழித்து எழச் செய்யும். இரத்த ஓட்டத்தையும் அதிகரிக்கச் செய்யும். உடற்பயிற்சி இது என்று இன்றைய அறிவியலாளர் நிரூபித்துள்ளனர்.

தலையில் குட்டி வணங்குவது:

உள்ளங்கையை முட்டியாகப் பிடித்து மூன்று முறை தலையிலே குட்டிக் கொள்ள வேண்டும். மத்தகத்தில் இருக்கும் அமிர்தம் சுரந்து அபிஷேகமாகும் போது அவரின் அருள் கிடைக்கும்.

தேங்காய் மாலை:

எல்லாவற்றையும் காக்கும் விநாயகருக்கு தேங்காய் மாலை சாத்துவதாக வேண்டிக் கொண்டால் உடனே நினைத்தது நிறைவேறும்.

நினைத்தது நல்லபடியாக நடந்துவிட்டால்7 தேங்காய்கள் அல்லது 9 தேங்காய்கள் என அவரவர் சக்திக்கு ஏற்ப ஒற்றை எண் வரும்படி தேங்காய்களைக் கோர்த்து மாலை சாற்றலாம்.

விநாயகருக்கு கொழுக்கட்டை படைப்பது ஏன்?

விநாயகருக்குப் படைக்கப்படும் நிவேதனப் பொருட்களுள் கொழுக்கட்டை மிகவும் முக்கியமானது.

பிரம்மம் அண்டத்தின் அனைத்து இடங்களிலும் பரவி நிறைந்திருக்கிறது என்பதை உணர்த்துவது கொழுக்கட்டை. முட்டை வடிவிலான கொழுக்கட்டை மாவான மேல்புறமும், அதனுள் பூரணமும் பிரம்மமாய் இருக்கிறது. இதைத்தான் விநாயகர் கொழுக்கட்டையாகக் கையில் வைத்துள்ளார்.

வலம் வருதல்:

சாதாரண நாட்களில் - 3 முறை

சங்கட சதுர்த்தி நாட்களில் - 8 முறை

உகந்த மரங்கள்		-	வழிபாடு
மஞ்சளில் பிள்ளையார்		-	சகல செளபாக்கியம் கிடைக்கும்.
சந்தனத்தில்	”	-	குழந்தை பாக்கியம்
விபூதியில்	”	-	நோய்கள் தீரும்.
குங்குமத்தில்	”	-	செவ்வாய் தோஷம் நீங்கும்
வெண்ணெயில்	”	-	கடன் தொல்லை அகலும்
வெல்லத்தில்	”	-	உடலில் ஏற்படும் கட்டிகள் கரையும்

ஓம் ஸ்ரீ மகா கணபதி பதயே நம!

3. முன்னோர் வழிபாடு (பித்ரு பூஜை)

பித்ருக்கள் என்பவர் யார்? நமது குடும்பத்தில் மறைந்த முன்னோர்களில் தெய்வத்தன்மை பொருந்திய வர்கள் பித்ருக்களாவர். அவர்கள் ஒளி பொருந்திய சூட்சும தேகமுடையவர்கள்.

பித்ருக்கள் பொதுவாக நம் உயிரைக் காப்பாற்றுவார்கள். எக்காரணம் கொண்டும் அவர்கள் நமக்குத் துன்பங்களைத் தந்து இம்சைப்படுத்த மாட்டார்கள்.

மனதில் நல்ல எண்ணங்களுடன் கூப்பிட்டால் பித்ருக்கள் நிச்சயம் மனோவேகத்துடன் வருவார்கள். அவர்கள் ஆசீர்வாதத்தினால் கோடிக் கோடியாகப் புண்ணியமும் செல்வமும் கிடைக்கும்.

நமக்காக எத்தனையோ கஷ்டங்களைத் தாங்கிய நம் பித்ருக்களுக்கு தர்ப்பணம், சிரார்த்தம் முதலிய பித்ரு பூஜைகளைத் தவறாது செய்ய வேண்டும்.

கோயில்கள், குளங்கள், கடல் போன்ற இடங்களில் செய்யப்படும் தர்ப்பணங்களுக்கு மிக அதிகமான சக்தி உண்டு.

அமாவாசை அன்று தர்ப்பணம் செய்ய இயலாதவர்கள் இறந்த முன்னோர்களுக்குப் படையல் இட்டு காகத்திற்கு அன்னமிட்டு எள் கலந்த நீரையும் வைக்க வேண்டும்.

இறந்த நம் முன்னோர்களை நினைவு கூறும் நாள் அமாவாசை நன்னாள். முன்னோர்களுக்கு அறிந்தோ அறியாமலோ நாம் செய்த பிழைகள் மற்றும் தீய சொற்களுக்கு மன்னிப்பு கேட்கும் வழியாகவும், நல்ல நிலைக்கு உயர்ந்ததற்கு நன்றி சொல்லும் வழியாகவும் ஒவ்வொரு அமாவாசை அன்றும் முன்னோர்களுக்கு வழிபாடு செய்கிறோம்.

மறைந்த முன்னோர்களுக்கு நாம் செய்ய வேண்டிய கடமை, ஆண்டுதோறும் செய்யும் சிரார்த்தம். மனித மரபு அணுக்களில் 84 அம்சங்கள் உள்ளன. அதிகமாக தங்கள் அம்சங்களைக் கொடுப்பவர்கள் தகப்பனார், பாட்டனார், முப்பாட்டனார் ஆகிய மூவரே. இதனால் தான் சிரார்த்தத்தில் இவர்கள் பெயரைச் சொல்லி பிண்டம் கொடுக்கிறார்கள்.

பித்ரு பூஜையினை அவரவர் சக்திக்கு ஏற்பச் செய்தாலே போதும். அதனால் பித்ருக்கள் மிகுந்த திருப்தி அடைந்து உள்ளம் கனிந்து ஆசி வழங்குவர்.

இங்கே நாம் கொடுக்கின்ற எள், தண்ணீர், பிண்டம் முதலியவற்றை பித்ரு தேவதைகள், மூதாதைகள் எந்த ரூபத்தில் எங்கே பிறந்திருந்தாலும் அவர்களுக்கு ஏற்ற ஆகாரமாக மாற்றி அங்கே கிடைக்கச் செய்து விடுவார்கள்.

பித்ருக்களுக்குச் செய்ய வேண்டிய தர்ப்பணம் - சிரார்த்தம் போன்றவற்றைச் செய்யாமல் விட்டுவிட்டு தெய்வ சந்தோஷத்துக்காகச் செய்யப்படும் பூசைகள், ஹோமங்கள் போன்ற எந்த ஒரு ஆன்மீகச் செயலையும், எந்தத் தெய்வமும் ஒருபோதும் ஏற்றுக் கொள்ளாது என்கிறது சாஸ்திரம்.

முன்னோர்களுக்குச் செய்ய வேண்டியவைகளைச் செய்துவிட்டு அவர்களின் ஆசியுடன் செய்யும் பூஜைகளைத் தான் தெய்வம் சந்தோஷமாக ஏற்றுக் கொள்ளும்.

''கூரை மேலே சோறு வெச்சா கோடி காக்கா''

என்று சுலவடை உண்டு. முன்னோர் அம்சமான காகம் உணவு எடுத்த பின்னர் சாப்பிட்டால், அவர்களின் ஆசி கிடைக்கும். இது நாளும் செய்ய வேண்டிய நல்ல பழக்கம்.

அவதார புருஷனாக விளங்கிய ஸ்ரீ இராமரும் தனது இராம அவதார காலத்தில் தமது தந்தை தசரத மன்னருக்கும், தமக்கு உதவி செய்து உயிர் நீத்த ஜடாயு பறவைக்கும் முறையாக பித்ரு பூஜை செய்து வழிகாட்டி இருக்கும் போது நாம் இவ்வளவு சிறப்பு மிக்க பித்ரு பூஜைகளைச் செய்யாமல் விட்டுவிடக்கூடாது. திவசம் கொடுக்கத் தவறியவர்கள் மகாளய அமாவாசை அன்றாவது பித்ருக்களுக்கு நன்றிக்கடன் செலுத்தி வாழ்க்கையில் உயரலாம்.

பித்ரு தோஷம் உள்ள சில குடும்பங்களில் மூளை வளர்ச்சி இல்லாத மாற்றுத் திறனாளி குழந்தை பிறக்க வாய்ப்பு உண்டு.

தெய்வத்தை வணங்காவிட்டால் இறைவன் கோபித்துக் கொள்ள மாட்டார். ஆனால் பித்ருக்களுக்கு ஆற்ற வேண்டிய கடமைகளைத் தவறாமல் செய்ய வேண்டும். செய்யத் தவறினால் வருவதுதான் பித்ரு தோஷம்.

இறந்த முன்னோர்களின் படத்தை (தாய், தந்தை, தாத்தா, பாட்டி) வீட்டின் தென் திசையில் இருக்கும்படி வைக்க வேண்டும். அவர்களின் கண்பார்வை நம்மீது படும்போது சிறப்பான பலன் கிடைக்கும் படத்திற்கு முன் தினமும் ஒரு நிமிடம் நின்று வழிபடவும்.

மறைந்த முன்னோர்களுடைய ஆத்மா சாந்தி அடையாததால் வருகிற தோஷம் பித்ரு தோஷம் எனப்படும்.

இராமேஸ்வரம் சென்று தல ஹோமம், கயா சென்று சிரார்த்தம், காசி, அலகாபாத், பத்ரிநாத் சென்று திவசம் கொடுப்பது இந்தத் தோஷத்துக்களை பரிகாரம். இயற்கை மரணம் அடைந்திருந்தால், தில ஹோமம் செய்ய வேண்டியதில்லை.

திருமணத் தடை, குழந்தை பாக்கியம், கடுமையான உடல் உபாதை, விவாகரத்து முதலிய துன்பங்கள் ஏற்படும்.

சிலர் ஏராளமான பரிகாரங்கள், தானங்கள் செய்தும் துன்பத்திலிருந்து விடுபடுவதில்லை. தாம் செய்ய வேண்டிய பித்ரு பூஜையைச் செய்தால் ஜாதகத்தில் உள்ள தோஷங்கள் நிச்சயம் அகன்றுவிடும்.

பித்ரு பூஜை வழிபாடு செய்யாமல், என்னதான் கோவில், கோவிலாக அலைந்து பரிகார பூஜைகள் செய்தாலும் நிச்சயமாகப் பலன்கள் கிடைக்கப் போவதில்லை.

இறந்தவர் அஸ்தியைக் கரைக்க காசிக்குச் செல்வோர் உண்டு. இயலாதவர்களுக்கு ஓர் அரிய வாய்ப்பு.

மதுரையில் மிகவும் பிரசித்தி பெற்ற மயானம் தத்தனேரி. இந்த மயானத்தில், கங்கையில் அஸ்தியைக் கரைக்க எண்ணுபவர்களுக்கு இந்த இடத்தில் ஒரு தகவல் பலகை உண்டு. அதில் கீழ்க்கண்ட வாசகங்கள் உள்ளன.

''கங்கை நதிக்கு அஸ்தியை அனுப்புங்கள். அஸ்தியைக் கங்கைக் கரையில் கரைப்பதால் ஆத்மா சாந்தி அடைவதுடன் வாழ்நாளில் காசிக்குச் செல்ல முடியாத ஏக்கம் விலகி பூரண திருப்தி அடைகிறது.

♦இறந்தவர்களின் அஸ்தியை வலுவான கவரில் வைத்து ஒட்டி கீழ்க்கண்ட முகவரிக்கு அனுப்பவும்.

நம் சார்பாக அவர்கள் கங்கையில் கரைத்துவிடுவார்கள். எக்காரணம் கொண்டும் அஸ்தியை வீட்டுக்குக் கொண்டு போகக் கூடாது.

Post Master, C/o Ganges River,

Varnasi - 221 001/ Uddar Pradesh.

இறந்தவர் ஆத்மா சாந்தி அடைய இதல்லவா அரிய சேவை!

4. குல தெய்வ வழிபாடு

திடீரென வாழ்க்கையில் ஏற்படும் சோதனைகளுக்குக் காரணம் அண்டை அயலார் வைத்த செய்வினை தான் என்று நாம் நினைக்கின்றோம். குல தெய்வக் குற்றமும் காரணமாக இருக்கலாம். செல்வம் வரும்போது குல தெய்வத்தை மறந்துவிடுவதே இதற்குக் காரணம். எனவே குடும்பத்தோடு குலதெய்வத்தை மூன்று பௌர்ணமிக்கு நேரில் சென்று வழிபட்டு வந்தால் ஒருவர் செய்த செய்வினை நம்மைப் பாதிக்காது. நல்ல பலனை அடையலாம்.

வழிபாடுகளில் மிகவும் வலிமையானது குலதெய்வ வழிபாடு. ஒவ்வொருவருடைய குல தெய்வத்துக்கும் பின்னால் அவரவர் பாட்டன், முப்பாட்டன் என்று சொல்லி ஒன்பது பித்ருக்கள் இருக்கிறார்கள்.

குல தெய்வம் என்பது வம்சாவழிகளைக் காத்து நிற்கிற செயல்பாடுதான். எல்லா கோயில்களுக்கும் யார் வேண்டுமானாலும் செல்லலாம். ஆனால் குலதெய்வக் கோயில்கள் சில குடும்பங்களுக்கே உரியது.

ஆயிரம் முறை கோயிலுக்குப் போய் அருளை சேகரிப்பதை விட வலிமையுடைய குலதெய்வக் கோவிலுக்கு வருஷத்திற்கு ஒரு முறை சென்று வருவது நல்லது.

பரம தரித்ர நிலையில் உள்ளவர்கள் கூட குல தெய்வத்தை ஆத்மார்த்தமாக வணங்கினால் தரித்ரம் பறந்து போகும். நம் வழிபாடு உண்மையான பக்தியோடு இருக்க வேண்டும். ‘பொன் வேண்டும்; பொருள் வேண்டும்’ என்ற அற்ப பிரார்த்தனையாக இருக்கக்

கூடாது. 'அருள் வேண்டும்; காவல் வேண்டும்' என்று கேட்டால் போதும்.

குல தெய்வத்தை வழிபடும் போது நம்மையும் அறியாமல் நம்முடைய ஒன்பது தலைமுறையைச் சேர்த்து வணங்குகிறோம். நம்முடைய வேண்டுதல் அவர்களின் காதுகளைப் போய் அடைகிறது. இதுதான் குலதெய்வ வழிபாட்டில் இருக்கும் சூட்சுமம்.

சங்கிலிக் கண்ணி போல் அறுபடாமல் வந்ததுதான் வம்சம். நம் வம்சத்தில் பிறந்த குழந்தைகளுக்கு முடி கொடுத்தல், காது குத்தல் எல்லாமே குல தெய்வத்துக்குத்தான். பாட்டன், முப்பாட்டன் என வழி வழியாகக் காப்பாற்றிய கடவுள் நம்மையும் காப்பாற்றுவார் என்ற எண்ணம் நமக்கு வரும். அதுவே பெரிய அனுக்கிரகம்தான்.

நம் பாட்டன்மாரும், தாய் தகப்பனும் வணங்கின கோயில் என்பதால் அவர்கள் காலடி பட்ட இடத்தில் நாமும் நிற்கின்றோம் என்ற உணர்வு ஏற்படும். அப்பொழுது பக்தி தானாக வந்துவிடும்.

குலதெய்வம் கோயிலிலே போய் வழிபட்டால் எவ்வளவு பெரிய தோஷமும் நீங்கிவிடும். ஆயிரம் தெய்வம் இருந்தாலும் குலதெய்வத்துக்கு ஈடாகாது.

வீடு கட்டுவதற்கும், திருமணம் செய்வதற்கும் முன்பு குலதெய்வத்தை வழிபட்ட பின்னரே செயலில் இறங்கிட வேண்டும்.

சுப நிகழ்ச்சிகளைத் தொடங்குபவர்கள் உடனே குலதெய்வம் கோயிலுக்குச் செல்ல முடியாவிட்டால் குல தெய்வத்தை நினைத்து ஒரு ரூபாய் காணிக்கையை ஒரு

மஞ்சள் துணியில் முடிந்து பூசை அறையில் வைத்து வழிபட வேண்டும். குல தெய்வம் கோயிலுக்குச் செல்லும்போது அதனை உண்டியலில் செலுத்தி விடுவது நல்லது.

'குருவை மறந்தாலும் குல தெய்வத்தை மறவாதே'

'குலதெய்வத்தைக் கும்பிட்டு கும்மியடி...!'

என்ற முதுமொழிகள் குல தெய்வ வழிபாட்டின் சிறப்புகளைக் குறிப்பிடுகின்றன.

முதல் மாதம் குல தெய்வ வழிபாடு:

கர்ப்ப காலத்தில் பெண்கள் விரதங்களைக் கடைப்பிடிக்காமல் தவிர்ப்பது நலம். அந்தக் கால கட்டத்தில் இறை வழிபாடு மேற்கொள்வதன் மூலம் பிறக்கும் குழந்தைக்கு சிறப்பு சேர்க்க முடியும் என்று சங்க கால நூல்களில் கூறப்பட்டுள்ளது.

ஒரு பெண் கருவுற்ற,

முதல் மாதம் - குலதெய்வ வழிபாடு

2வது மாதம் - சூரிய வழிபாடு

3வது மாதம் - சந்திரன் வழிபாடு

4வது மாதம் - செவ்வாய் வழிபாடு

5வது மாதம் - புதன் வழிபாடு

6வது மாதம் - குரு வழிபாடு

7வது மாதம் - சுக்கிரன் வழிபாடு

8வது மாதம் - சனிவழிபாடு

மேற்கொள்ள வேண்டும்.

ஒன்பதாவது மாதம் மீண்டும் குலதெய்வம் இஷ்டதெய்வ வழிபாடு செய்ய வேண்டும். சூரியன் சிவனுடைய அம்சம் என்பதால் சிவ வழிபாடும் மேற்கொள்ளலாம்.

எனவே கர்ப்ப காலத்தில் விரதம் இருப்பதைத் தவிர்த்துவிட்டு இறைவழிபாட்டை மேற்கொண்டாலே சிறப்பான எதிர்காலம் உள்ள குழந்தைகளைப் பெண்களால் பெற முடியும்.

திருச்செந்தூர் - குருவுக்கும், செவ்வாய்க்கும் உரிய தலமாக விளங்குவதால் குலதெய்வத்துக்கு உரிய கோயிலாகக் கருதப்படுகிறது.

நம் வாழ்வில் ஏற்படும் அத்தனை தடங்கல்களை யும் தாண்டி, நிம்மதியும், மகிழ்ச்சியும் நிறைந்த ஒரு வாழ்க்கை அமைய திருச்செந்தூர் முருகனை குல தெய்வமாக வணங்குவோம்.

குல தெய்வத்தைஅறிய வேண்டுமெனில் சித்தர் களால் அருளப்பட்ட நாடி ஜோதிடம் போன்றவற்றி னாலும் தங்கள் குல தெய்வத்தை அறியலாம். எப்படியா வது குல தெய்வத்தை அறிந்து வழிபடுதல் அவசியம்.

குலதெய்வம் எதுவெனத் தெரியாதவர்கள் திண்டுக்கல் அருகிலுள்ள தாடிக்கொம்பு என்ற ஊரில் உள்ள அகரம் முத்தாலம்மனைக் குலதெய்வமாக ஏற்கலாம்.

5. இஷ்ட தெய்வ வழிபாடு

ஒவ்வொரு குடும்பத்துக்கும் குல தெய்வம் என்று ஒன்றுண்டு. குலதெய்வம் இல்லாத குடும்பமே இல்லை எனலாம். தெய்வாதீனமாக தன் வாழ்க்கையில் ஏற்பட்ட திருப்புமுனையைப் பகிர்ந்து கொண்டார் ஆர்ட் டைரக்டர் திரு. கிருஷ்ணமூர்த்தி அவர்கள்.

''என் குல தெய்வம் பெரியாண்டவர். விழுப்புரத்தில் வழுதரெட்டி என்னும் ஊரில் வயல் நடுவே சிறு கருங்கல் வடிவத்தில் கோயில் கொண்டவர். வருடந்தோறும் உறவினர்கள் கூடி 108 சிவலிங்கங்களை மண்ணால் பிடித்துவைத்து விஷேசமாக வழிபடுவோம். ஆனால் அங்கே பெண்களுக்கு அனுமதியில்லை!

2001 ஆம் ஆண்டு மனைவிக்கு திடீரென்று நடக்க முடியாத நிலை ஏற்பட்டது. எத்தனையோ டாக்டர்கள்! பலனில்லை. அப்போது மேல் மருவத்தூர் ஆதிபராசக்தி யின் மகிமையைக் கேள்விப்பட்டு நான் என் மனைவியை அங்கு அழைத்துச் சென்றேன். ஆலய வளாகத்தில் நுழையும் வரைஒரு அடி எடுத்து வைக்க மிகவும் சிரமப்பட்ட அவர், ஆலயத்தினுள் நுழைந்ததும் கிடுகிடுடுவென நடந்து ஆலயத்தை வலம் வந்தார்! அதுமட்டுமல்ல, அங்கே அருள்வாக்கு அளித்துக் கொண்டிருந்த அடிகளா, ''உடல் நலம்பெற, சுக்கு, மிளகு, திப்பிலி, புதினா, கொத்துமல்லி, எலுமிச்சை பழம் ஆகியவற்றைத் தினமும் உட்கொள்'' என்றார். அதன்படியே சாப்பிட்டு என் மனைவி பரிபூரண உடல் நலம் பெற்றது அற்புதம். 9 மாதங்கள் படுத்த படுக்கையாக இருந்த அவரை 9 நொடிகளில் நடக்க

வைத்த ஆதிபராசக்தியே அன்று முதல் என் இஷ்ட தெய்வம்'' என்று தன் அனுபவத்தைப் பகிர்ந்து கொண்டுள்ளார் ஆர்ட் டைரக்டர் திரு. கிருஷ்ணமூர்த்தி அவர்கள்.

எங்கள் (நூலாசியர்) குடும்பத்திலும் மூத்த மகளின் உடல்நிலை திடீரெனப் பாதிக்கப்பட்டது. மருத்துவரைக் கலந்து திருமணத்தையும் முடித்தோம். குழந்தைப் பாக்கியம் உடனே கிடைத்தது. ஆனால் உடல் நலப் பாதிப்பால் '' தாய்க்கும், வயிற்றில் உள்ள கருவிற்கும் பாதிப்பு ஏற்படும். உயிர் பிழைப்பதே கடினம்'' என்ற நிலைமை. அப்பொழுது குல தெய்வ வழிபாட்டின் மகிமையையும் அறியாத நிலை.

என் வீட்டின் அருகில் ஆதிபராசக்தி கோவில். மகளுக்கு அருகில் அமர்ந்து 'ஓம் சக்தி! ஓம் சக்தி! என்று மந்திரம் கூறி அம்மனுடைய திருநீற்றையும், குங்கு மத்தையும் அவள் உடல் முழுவதும் தடவி விடுவேன். என் மகளைக் காப்பாற்றியது அந்த ஆதிபராசக்திதான்.

அன்று முதல் இன்று வரை என் இஷ்ட தெய்வ மாக நான் வணங்குவது அந்த அம்மனைத்தான். அம்மனை நினைக்காத நாளில்லை. அனைவருக்கும் முதற்கடவுள் விநாயகப் பெருமானே. அடுத்தது குல தெய்வம், மூன்றாவதாக அவரவர் இஷ்ட தெய்வத்தை வணங்கலாம்.

எல்லாவற்றையும் இறைவன் பார்த்துக் கொள்வார் என்பது திடமான நம்பிக்கை. நம் தேவைகள் என்ன வென்று நம்மைவிட இறைவனுக்கு நன்றாகவே தெரியும்.

எல்லாம் நன்மைக்கே! எல்லாம் அவன் செயல்! என்ற பரிபூரண சரணாகதி - நம்பிக்கைதான் பக்தியின் உண்மையான நோக்கம்.

இஷ்ட தெய்வத்தை நாடுவோம்!

இன்னல்கள் நீங்கி இன்புற்று வாழ்வோம்

ஓம் சக்தி!

அம்மா தாயே சரணம்!

6. விளக்கு ஏற்றுவதால்...!

ஒளியை அறிவாகவும், இருளை அறியாமையாகவும் உணர்ந்து தினந்தோறும் கடவுளின் வழிபாட்டுக்கென இருக்கும் இடத்தில் விளக்கை ஏற்றுகிறோம். எல்லா நல்ல காரியங்களும் விளக்கை ஏற்றிய பிறகுதான் ஆரம்பிக்கப்படுகின்றன.

எண்ணெய் விளக்கு ஏற்றுவது நமது ஆன்மீக ஈடுபாட்டைக் காட்டுகிறது. நாம் விளக்கை ஏற்றியவுடன் திரியும், எண்ணெயும் உபயோகப்படுத்தப்பட்ட உடன் நமது கர்வம் மறைகிறது. அப்பொழுதுதான் நாம் கடவுளின் அருகே நெருங்குகிறோம்.

விளக்கின் ஒளிப்பிழம்பு எப்பொழுதும் மேல் நோக்கியே எரிகிறது. அது அறிவானது நம்மை உயர்ந்த கொள்கைகளை நோக்கி எடுத்துச் செல்கிறது என்பதைக் காட்டுகிறது. விளக்கை ஏற்றும் பொழுது நாம் அதற்குத் தலை வணங்குகிறோம்.

அநேகக் கோயில்களில் விளக்குகள் (அணையா விளக்கு) கடவுளுக்குக் காணிக்கையாகத் தொடர்ந்து

எரியச் செய்யப்படுகிறது. விளக்குகள் நீண்டநேரம் எரிந்தால், கடவுள் இடைவிடாமல் நம்மீது அருளாசி புரிகிறார் என்பது நம்பிக்கை.

பத்ரிநாத்தில் அகண்ட ஜோதி அல்லது தூங்கா விளக்கு நெய்யினால் நிரப்பப்பட்டு குளிர்காலத்தில் ஆறு மாதங்கள் கோயில் மூடப்படும் பொழுதும் தொடர்ந்து எரியவிடப்படுகிறது. வெயில் காலத்தில் கோயில் மீண்டும் திறக்கப்படும் போது மக்கள் அகண்ட ஜோதியைத் தரிசிக்கவும், பூஜை செய்யவும் கூடுகிறார்கள்.

தீபம் ஏற்றும் முறை:

அதிகாலை நாலரைமணி முதல் ஆறு மணிக்குள் தீபம் ஏற்றலாம். மாலை ஆறரை மணிக்குள் தீபம் ஏற்றலாம். இவ்வாறு ஏற்றினால் நிறைவான வளமும், பலனும் நிச்சயம் கிடைக்கும். விளக்கை குளிர்விக்கும் போது கைகளாலோ வாயால் ஊதியோ அணைக்கக் கூடாது. பூவால் குளிர்விக்கலாம். தூண்டும் குச்சியால் இலேசாக அழுத்தலாம். இதற்கென பித்தளைக் குச்சிகள் கடைகளில் கிடைக்கின்றன.

எண்ணெய் இல்லாமல் தானே அணைவதும் கூடாது. விளக்கை ‘‘அணை’’ என்று கூறக்கூடாது. விளக்கை ‘குளிர்வி’ அல்லது விளக்கை ‘பெரிதுபடுத்து’ என்று கூற வேண்டும்.

பூசை அறையில் இரு அகல் விளக்குகளை ஏற்றலாம். தெற்கு நோக்கி விளக்கு வைக்கக் கூடாது. வீட்டின் முன்புறம், பின்புறம் இரு வாயில்கள் இருந்தால் முன் கதவைத் திறந்து பின்புறக் கதவைச் சாத்திய

பிறகே விளக்கேற்ற வேண்டும். விளக்கைக் குளிர்விக்க வேண்டும். பெண்களே விளக்கை குளிர்விக்க (அணைக்க) வேண்டும்.

வாசலில் மார்கழி மாதம் காலையில் விளக்கேற்ற பெரும் புண்ணியம் உண்டாகும். முன்வினைப் பாவம் விலகும். கார்த்திகை மாதம் மாலையில் விளக்கேற்ற திருமணத்தடை, கல்வித்தடை நீங்கும் என்பது ஐதீகம்.

பூசை அறையில் சரவிளக்கு ஏற்றலாம். அல்லது கோயில்களில் உள்ள சர விளக்குகளுக்கு எண்ணெய், நெய் வாங்கிக் கொடுக்கலாம்.

தீபம் ஏற்றுவோம்! திருவருள் பெறுவோம்!!

ஜென்மாந்திர பாவங்களை அடியோடு ஒழிப்போம்!

7. ஏலத்தில் எடுக்கலாமா?

பக்தர்கள் இறைவனிடம் தங்கள் வேண்டுதல்கள் நிறைவேறியவுடன் பல வழிகளில் தங்கள் காணிக்கைகளைச் செலுத்தி வருகின்றனர்.

சில பக்தர்கள் சுவாமிக்குச் சாற்ற வேண்டும் என காணிக்கையாக வஸ்திரங்களை வாங்கிக் கொடுக்கிறார்கள். ஆலயங்களில் வஸ்திரங்கள் அதிகமாகச் சேர்ந்துவிடும் பொழுது அவற்றை வீணாக்காமல் ஏலத்தில் விடுகிறார்கள்.

இதன் மூலம் மூன்று வழிகளில் பலன் கிடைக்கிறது.

1. பக்தர்களின் வஸ்திர காணிக்கை நிறைவேறுகிறது.
2. கோயில் நிர்வாகத்திற்கு வருமானம் கிடைக்கிறது.
3. தாமும் உபயோகிக்கலாம். ஏழைகளுக்கும் வழங்கலாம்.

இறைவனுக்குப் படைக்கப்படும் நிவேதன பிரசாதத்தைப் பக்தியோடு உண்பதுபோல் இறைவனுக்கென பக்தியோடு அணிவிக்கும் வஸ்திரங்களையும் அனைவரும் உபயோகிக்கலாம். அதனால் சுவாமிக்கு சாற்றிய வஸ்திரத்தை ஏலத்தில் எடுக்கலாம்.

இறைவனுக்கு ஆடைகளைச் சாற்றி வழிபடும்போது, அவனது திருவருள் கிடைக்கப்பெற்று பாவங்கள் நீங்கி மோட்சத்தை அடையலாம் என்பது ஐதீகம்.

நாட்டில் தவறாமல் மழை பெய்து, செழிப்பு ஏற்படவும் இறைவனுக்கு ஆடை சாற்றலாம்.

இத்தகைய சிறப்பு வாய்ந்த வஸ்திர காணிக்கைகளைத் தாராளமாக ஏலத்தில் எடுக்கலாம்.

8. பாவம் என்பது என்ன?

''தவறு செய்வது மனிதத்தன்மை, மன்னிப்பது தெய்வத் தன்மை'' இது நன்கு அறிந்த ஒரு ஆங்கிலப் பழமொழி. இந்த அடிப்படையான கருத்தைத்தான் இந்து மதம் கூறுகிறது.

ஒவ்வொரு மனிதனும் தவறு செய்ய நேரிடலாம். ஆனால் அவன் தான் செய்த தவறுக்காக உண்மையிலேயே வருந்தி மீண்டும் பாவம் செய்வதில்லை என்று உறுதி பூண்டு தொடர்ந்து பாவங்கள் செய்யாமல் இருந்தால் அவனுக்கு மன்னிப்பு கிடைக்கும். தெய்வீக மன்னிப்பு, உண்மையாக வருந்துதல் மற்றும் மன்னிக்கும் தன்மைக்கு உதாரணமாக நம்முடைய புராணங்களில் பல

எடுத்துக்காட்டுகள் உள்ளன. கடவுள் தன்னுடைய அன்புச் செயல்களில் அதிகமான பாசமும், மன்னிக்கும் தன்மையும் உடையவராக இருக்கிறார்.

பகவான் கிருஷ்ணன், பகவத் கீதையில் 'நீ செய்த எல்லாப் பாவங்களையும் துறந்துவிடு, என்னிடம் பரிபூரண சரணாகதி அடைந்துவிடு, நான் உன்னை எல்லாப் பாவங்களிலிருந்தும் விடுவிக்கிறேன். கவலைப்படாதே!' என்று கூறுகிறார்.

இது எல்லாப் பாவங்களிலிருந்தும் விடுபட ஒரு தெய்வீகமான வழியாகும். இது, 'சரணாகதி தத்துவம்' என்று கூறுகிறார்.

இது எல்லாப் பாவங்களிலிருந்தும் விடுபட ஒரு தெய்வீகமான வழியாகும். இது 'சரணாகதி தத்துவம்' என்று இந்துக்களின் ஒரு பிரிவினரால் சொல்லப் படுகிறது.

பாவத்திற்குப் பரிகாரம்:

உடலில் நோய் ஏற்பட்டால்தான் மருந்து சாப்பிட வேண்டும். பரிகாரமும் அது போலத்தான். அறியாமையால் ஏற்படும் தவறுகளுக்கு, அதாவது தெரியாமலோ சூழ்நிலை காரணமாகவோ செய்துவிட்ட பாவத்திற்குப் பிராயச்சித்தம் தான் பரிகாரம்.

தெரிந்தே பாவமும் செய்துவிட்டு, பிராயச்சித்தம் தேடுவதால் பலனில்லை. செய்யக்கூடிய பாவம், செய்யக் கூடாத பாவம் என்றெல்லாம் கிடையாது. பாவமே செய்யாமல் வாழ முயல்வது தான் சிறந்தது.

எல்லாப் பிரச்னைகளுக்கும் தீர்வு உண்டு. அதில் மிக எளிமையான தீர்வு பரிகாரங்களைச் செய்தல். பிரச்னைகளைக் கொடுக்கும் கடவுள் கூடவே

தீர்வுகளையும் தருகிறான்.

'தலைக்கு வந்தது தலைப்பாகையோடு போயிற்று' என்பதற்கேற்ப எளிய பரிகாரங்களால் ஓரளவு தீர்வு கிடைக்கும்.

இறைவன் எளிமையானவன்! அன்பே உருவானவன், கருணைப் பெருங்கடல். அவன் முன் நின்று, செய்த தவறுகளை எல்லாம் சொல்லி மனமுருக நெஞ்சுருக வேண்டினால் போதும், அந்த வேண்டுதல் நம்மைக் காப்பாற்றும்.

வாழ்க்கையில் இன்பமும், துன்பமும் முன் ஜென்ம கர்ம வினையின் பயன். இதைத் தடுக்க முடியாது. குறைக்க முடியாது. அதற்கு இறை வழிபாடு தேவை.

பாவம் செய்வதைத் தவிர்ப்போம்!

அறியாது செய்த பாவத்திற்குப் பரிகாரம் செய்வோம்!

9. துளசியின் மகிமை

ஸ்ரீ மகா விஷ்ணுவைப் பூஜை செய்ய மிகச் சிறந்தது துளசி, முதல் நாள் பறித்த துளசியினால் (வாடிய நிலையிலும்) அடுத்த நாளும் பூசை செய்யலாம். துளசி இலட்சுமியின் அடையாளம்.

இறைவனுக்கு நிவேதனம் செய்யும் உணவுப் பொருளில் ஒரு துளசியைச் சேர்த்து நிவேதனம் செய்யும் போது அதற்குத் தூய்மை உண்டாகிறது.

மற்றவர்களுக்குத் தானம் செய்யும் போது அத்துடன் ஒரு துளசியைச் சேர்த்து தானம் செய்தால் அந்தப் பொருளின் மதிப்பும் தானத்தின் பலனும் அதிகரிக்கும்.

வீட்டில் துளசி மாடம் அமைத்து பூஜை செய்யும் துளசிச் செடியிலிருந்து துளசியைப் பறிக்கக் கூடாது. மற்ற துளசிச் செடிகளிலிருந்து பறித்து பூஜை செய்யலாம்.

செவ்வாய், வெள்ளி, பௌர்ணமி, அமாவாசை, யுகாதி, சிரார்த்தம் செய்யும் நாள், இரவு நேரம் ஆகிய நேரங்களில் துளசியைப் பறிக்கக் கூடாது.

துளசிச் செடியைப் பூஜிப்பது மற்ற தெய்வங்களை வழிபடுவது போலாகும். மேலும் அவ்விதம் பூஜிப்பது புனித யாத்திரைக்குச் செல்வதற்கு ஒப்பானதாகும். துளசி தன்னைத்தானே தூய்மைப் படுத்திக்கொள்ளும் சக்தி கொண்டது. துளசியை மட்டுமே ஒருமுறை பூஜைக்குப் பயன்படுத்தப்பட்ட பிறகும் நீரில் கழுவி மீண்டும் பூஜைக்குப் பயன்படுத்தலாம்.

துளசிச் செடியின் அடிப்பாகத்தில் அனைத்துப் புனிதத் தலங்களும் அமைந்துள்ளதாகவும், அதன் மேற்பகுதியில் அனைத்து தெய்வங்களும் குடி கொண்டுள்ளதாகவும், நடுப்பகுதியில் அனைத்து வேதங்களும் சேகரித்து வைக்கப்பட்டுள்ளதாகவும் நம்பப்படுகிறது.

துளசி மருத்துவ குணமுள்ளது. அது, ஜலதோஷம் போன்ற பல்வேறு நோய்களைக் குணப்படுத்தவும் பயன்படுகிறது.

வீட்டின் முன் திறந்தவெளியில் துளசிச் செடியை வைத்திருப்பது அந்த இடத்தைத் தூய்மைப்படுத்தி ஒரு புனித இடமாகத் திகழச் செய்கிறது.

துளசிச் செடியை மிகவும் சிரத்தையாக வளர்த்து பூஜித்து வருவோருக்கு இம்மையிலும் மறுமையிலும் பலன்கள் அனைத்தும் கிட்டும் என மகா விஷ்ணுவால் வரம் அளிக்கப்பட்டுள்ளது.

துளசி மகாலட்சுமி குடியிருக்கும் இடம். துளசி தீர்த்தம் மிகவும் நல்லது.

முன் தினம் இரவு குடிநீரில் துளசி இலையைப் போட்டு வைத்து மறுநாள் வெறும் வயிற்றில் குடிப்பது மிகவும் நல்லது. 48 நாட்கள் தொடர்ந்து செய்தால் நோயின்றி வாழலாம்.

துளசியை வணங்குவோம்

லெட்சுமி கடாட்சம் பெறுவோம்!

10. உயர்வு தரும் ஓம்காரம்

இந்தக் கணினி யுகத்தில் பலருக்கு கோயிலுக்குச் செல்வதற்கே நேரம் இல்லை. ஒரு சிலர் விசேஷ நாட்களில் மட்டும் கோயிலுக்குச் செல்வர்.

ஆகம விதிப்படி கட்டப்பட்ட சிவாலயங்களில் ‘ஓம்’ என்னும் திருமந்திரம் ஒலித்துக் கொண்டே இருக்கும்.

ஒலிகளுக்கு அதிர்வு உண்டு. ‘ஓம்’ கார மந்திரத்தில் ஒரு அதிர்வலை உண்டாகிறது. இந்த அதிர்வலையின் ஆற்றலானது, அதிகப்படியான சக்தியைத் தருகிறது.

நம்மை நமக்கே காட்டுவதில் ‘ஓம்’ காரம் ஒரு தனிச்சிறப்பைப் பெறுகிறது. சாதாரணமாக நமது அன்றாட வாழ்வில் சில நிமிடங்களை ஒதுக்கினாலே

போதும். பலவித நன்மைகள் நம்மை நாடிவரும்; மனப்பாரம் குறையும். அப்படிப்பட்ட 'ஓம்' என்னும் மந்திரத் தைப் பயன்படுத்தும் வழிமுறைகளைக் காணலாம்.

1.'ஓம்' மந்திரத்தை நாம் உச்சரிக்கச் சிறந்த நேரம் காலை 5 முதல் 7 மணி வரை.

2. மாலை 5 மணி முதல் 7 மணி வரை.

3. முடியுமானால் காலை, மாலை இருவேளை மிகவும் நல்லது.

இந்த நேரங்களில் 20 முதல் 30 நிமிடம் வரை அவரவர்க்கு ஏற்றவாறு 'ஓம்' கார ஜபத்தைச் செய்யலாம். யோகாசனப் பயிற்சியின் போது செய்தாலே போதுமானது.

மற்றொரு முறை:

தினமும் மூன்று நேரங்களில் 'ஓம்' என்னும் மந்திரத்தை ஒலிக்கலாம். காலை 6 மணி, மதியம் 12 மணி, மாலை 6 மணி ஆகியவையே அந்த நேரங்களா கும். எந்த வேலையில் ஈடுபட்டிருந்தாலும் 2 நிமிடங்க ளுக்கு அந்தந்த நேரங்களில் 'ஓம்' காரத்தை மானசீகமாக உச்சரிக்கலாம். பின்பு தொடர்ந்து விட்ட வேலைகளை செய்யலாம்.

எளிய முறை:

முடிந்த பொழுதெல்லாம் 'ஓம்' 'ஓம்' என்று மனதில் 'ஓம்' காரத்தை ஒலிக்கச் செய்யலாம். அதன்

மூலமாக பல வெற்றிகளைப் பெறலாம். இறைநாமம் மனதால் தொடர்ந்து சொன்னாலே பலன்கள் பலமடங்கு கிடைக்கும்.

ஒரு அமாவாசை அன்று அவரவர்க்கு ஏற்ற வழிமுறையில் ஆரம்பித்துச் செய்வது மிகமுக்கியம். சூரிய, சந்திரர் இணையும் நாளில் தொடங்குவது இயற்கையான சாதக நிலைகள் நம்மை நாடி வருவதற்கு ஏதுவாக இருக்கும்.

நான்கு வரிகளில் எட்டு முறை 'ஓம்' காரம் ஒலிக்கும் திருமூலரின் பாடல்.

ஓமெனு ஓங்காரத்துள்ளே ஒரு மொழி

ஓமெனு ஓங்காரத்துள்ளே உருவம்

ஓமெனு ஓங்காரத்துள்ளே பல பேதம்

ஓமெனு ஓங்காரம் ஒண்முத்தி சித்தியே!

ஓம்! ஓம்! ஓம்!!

11. நைவேத்யம் செய்ய...

இறைவனுக்குச் செய்யப்படும் நைவேத்தியத்தில் தேங்காயும் வாழைப்பழமும் முக்கியமாகக் கருதப்படுகின்றன. தேங்காய் தரும் தென்னை மரமும், வாழைப் பழம் தரும் வாழை மரமும் மக்களுக்குத் தம்மிடம் உள்ள அனைத்தையும் தந்து உதவுகிறது. இவற்றின் எந்தப் பாகமும் வீண் ஆவதில்லை. மனிதனும் அப்படி உலகுக்குப் பயன்பட வேண்டும் என்பதையே இது குறிக்கிறது.

நைவேத்தியம் செய்யும்போது நன்கு முற்றிய தேங்காயைத் தான் நாம் கடவுளுக்குப் படைக்க

வேண்டும். மனப்பக்குவம் அடைந்த உள்ளத்தையே ஆண்டவனுக்கு அர்ப்பணிக்க வேண்டும் என்பதையே இது காட்டுகிறது.

தேங்காய் ஒரே அடியில் சரி சமமாக இருபகுதி களாக உடைய வேண்டும். அப்படி உடைவது சுபமான தாகக் கருதப்படும். சிலசமயம் உடைந்த தேங்காய்க்குள் பூ இருக்கும். இது மிக மிக நல்லது என்பதைக் குறிக்கும்.

தேங்காய் குடுமி இருக்கும் பகுதி மற்ற பகுதியை விட சற்று பெரியதாக இருந்தால் மிகவும் நல்லது. உடைந்த தேங்காய் முடிகளை மீண்டும் இணைத்துப் பொருத்தக் கூடாது. அது குடும்பத்துக்கு நல்லது அல்ல.

இறைவனுக்குப் படைக்கும் தேங்காயை சைவச் சமையலுக்கு மட்டுமே பயன்படுத்த வேண்டும். தோஷப் பரிகாரங்களுக்கும், சனி பகவானுக்கும், காளிதேவிக்கும் அர்ச்சனை செய்த தேங்காயை மற்றவர்களுக்குக் கொடுத்து விடுவது நல்லது. கர்ப்பிணிப் பெண்கள் தேங்காய் உடைக்கக் கூடாது. கலசபூசை, பூரண கும்பம் காட்டும் போது தேங்காய் முக்கியப் பங்கு வகிக்கிறது. கலசத் தேங்காய்கள் தெய்வமாகவே கருதப்படுகிறது.

ஸ்ரீரங்கம் கோயிலில் தேங்காய் உடைக்க மாட்டார்கள். தேங்காய் உடைக்கும் சத்தத்தில் ரங்கநாதர் எழுந்து விடக்கூடாது என்பதால் தேங்காய் உடைப்பதில்லை. தேங்காயை எப்படி எச்சில்படுத்த முடியாதோ அதே போல வாழைப்பழத்தையும் எச்சில் படுத்த முடியாது. அதனால் இறைவழிபாட்டின்போது வாழைப்பழம் முக்கியப் பங்கு வகிக்கிறது.

கொட்டை இல்லாததால் வாழைப்பழம் மீண்டும் முளைப்பதில்லை. இது பிறவி இல்லாத நிலையான முக்தியைக் குறிக்கிறது. எனவே இறைவனிடம் மீண்டும் பிறவாத நிலை வேண்டும் என்பதை உணர்த்தவே நைவேத்தியம் படைக்கும்போது வாழைப்பழத்தையும் சேர்த்துப் படைக்கிறோம்.

தேங்காய், பழம் படைக்கும்போது வெற்றிலை, பாக்கு நிச்சயம் இடம் பெற வேண்டும். இல்லை எனில் நைவேத்தியம் முற்றுப் பெறுவது இல்லை. பெரிய படையல் போட்டு இறைவனுக்கு நைவேத்தியம் செய்ய வேண்டும் என்று நினைக்கக் கூடாது.

ஆண்டவனை வணங்க உதிரிப்பூவும், தண்ணீரும் இருந்தாலே போதும். சிறிது பூவைத்தூவி, படத்துக்குக் கீழ் லேசாகத் தண்ணீரைத் தெளித்தாலே போதும். இறைவன் நமது நைவேத்தியத்தை ஏற்றுக் கொள்வார்.

இறைவனிடம் எதையும் கேட்க வேண்டியதில்லை. ஏனென்றால் நம் தேவைகளை இறைவனே பூர்த்தி செய்துவிடும்.

உண்மையான பக்தி ஒன்றே போதும்

பூவும் நீரும் வழிபடப் போதும்!

12. அற்புத சக்தி சூரிய சக்தியே

“சூரியன் உதிப்பதை பார்ப்பவன் பாக்கியசாலி; தனியாக பார்க்காதவன் துரதிர்ஷ்டசாலி...” என்பது கிராமத்து சொல வடை. சூரியன் உதிக்கும் முன் எழுந்து சூரியோதயத் தைத் தரிசித்து, வணங்கி, தன் கடமையைச் செய்பவனின் வாழ்வில் வெற்றி குவியும். அதனால், அவன் வாழ்வு செழித்து பாக்கியசாலி ஆகிறான்.

சூரிய வழிபாட்டுக்கும், கண்ணுக்கும் நெருக்கமான தொடர்பு உள்ளது. கண் குறைபாடு உள்ளவர்கள் சூரிய நமஸ்காரம் செய்து வருவதால் சூரிய கிரக தோஷங்கள் நிவர்த்தியாகும். சூரிய வழிபாடு வெறும் சடங்கு அல்ல. அறிவியல், மருத்துவக் கூறுகளை உள்ளடக்கிய ஒரு பயிற்சியாகும். சூரிய வழிபாட்டினால் கிடைக்கும் பலன் கள் ஏராளம்;

கண்ணொளி அதிகரித்தல் - சோம்பேறித் தனம் விலகும். சுவாச உறுப்புகளுக்கு நல்ல பயிற்சி. நரம்பு மண்டலம் சரியாக இயங்கும். நினைவாற்றல் பெருகும். கழுத்துப் பகுதியிலுள்ள முக்கிய சுரப்பிகளான தைராய்டு, பாரா தைராய்டு ஆகியவை நல்ல முறையில் இயங்கவும், என்சைம்களைச் சுரக்கவும் உதவும். உறுப்புகளின் இயக்கம் சுமுகமாக நடைபெறவும் உதவும்.

மழை பொழியவும், மனித செயல்பாட்டுக்கும் உயிர் களை வாழ்விப்பதற்கும் ஆதார சக்தியாக சூரியன் விளங்குகிறது. இதனை அடிப்படையாகக் கொண்டு ஒவ்வொரு ஞாயிற்றுக்கிழமைகளிலும் சூரியனை வழிபடுவது சிறப்பு. அதுவும் சூரியன் பூரண ஆட்சிபெறும் ஆவணி மாதத்தில் வரும் ஒவ்வொரு ஞாயிற்றுக் கிழமைகளிலும் அதிகாலை சூரியன் உதிக்கும்போது பச்சரிசியில் பொங்கல் செய்து சூரியனுக்குப் படைத்து வழிபடுவது மிகவும் சிறப்பு. காயத்திரி மந்திரத்தையும் ஜெபித்தல் நல்லது.

சூரியனுக்கு என்று சிறப்பான கோயிலான தஞ்சாவூர் மாவட்டம் சூரியனார் கோயிலுக்கு ஆவணி மாத ஞாயிற்றுக்கிழமைகளில் சென்று வழிபட்டு அருள் பெறலாம். சூரியனுக்கு சிவப்பு மலர், சிவப்பு வஸ்திரம்

சாற்றி வழிபடுவது நல்லது. சிவப்பு நிற பசுவைத் தானம் செய்யலாம். இயலாதவர்கள் தானியத்தைத் தானம் செய்யலாம்.

நாம் உண்ணும் இரசாயனம் கலந்த மருந்துப் பொருள்களும், உணவுப் பொருள்களும் பல துன்பங்களை விளைவிக்கும். பின்விளைவுகளுக்கு இடமளிக்காத சூரிய சக்தியே வற்றாத சக்தியும் கூட!

சூரியனை வணங்கி பேரருள் பெற்றவர்களில் பாஞ்சாலிக்கு முக்கிய இடமுண்டு. வனவாச காலத்தில் சூரியனிடமிருந்து பெற்ற அட்சய பாத்திரத்தின் மூலம் பாண்டவர்களுக்கு மட்டுமல்ல, தன் குடிலுக்கு வரும் சகலருக்கும் அவள் அமுது படைத்தாளாம். வழிபாட்டுக்கு மட்டுமல்ல. சூரியன் நமக்கு நாமே மின்சாரத்தை தயாரித்துக் கொள்வதற்கும் சூரியனை நம்புவதைத் தவிர வேறு வழியில்லை.

சூரியனுக்குரிய காயத்ரி மந்திரம்:

ஓம் ஆர்வத் வஜாய வித்மஹே

பாச ஹஸ்தாய தீமிஹி

தந்நோ ஸூர்ய ப்சோதயாத்!

ஓம் நமோ ஆதித்யா

புத்திர் பலம் தேஹிமே ஸதா

இது சூரிய வழிபாட்டின்போது சொல்லக்கூடிய மந்திரம். சூரிய வழிபாடு புனிதாமானது. உன்னதமானது.

ஆவணி ஞாயிறு சூரிய வழிபாடு மறக்காதீர்!

சூரியன் ஒரு இயற்கை தெய்வம்!

13. ரத சப்தமி தினத்தன்று புனித நீராடுதல்

தைமாத வளர்பிறை சப்தமியில் (உத்ராயணம்) கொண்டாடப்படுவது ரத சப்தமி. அன்று அதிகாலையில் புனித நீராடினால் கங்கையில் நீராடிய புண்ணியம் கிடைக்கும். ரதசப்தமி அன்று திருப்பதியில் புஷ்கரணி தீர்த்தத்தில் பக்தர்கள் புனித நீராடுவர்.

அன்று திருப்பதி செல்ல இயலாதவர்கள் சுமங்கலிகள் ஏழு எருக்க இலைகளை அடுக்கி, மேல் இலையில் சிறிது மஞ்சள் தூள் சேர்த்து உச்சந்தலையில் வைத்து நீராட வேண்டும். ஆண்கள் அட்சதை (விபூதி கலந்த அரிசி) வைத்து நீராடலாம். அன்று பூஜை அறையில் தேர்க்கோலமிட்டு செங்காவிப்பட்டை இட வேண்டும். சூரியனுக்கு சர்க்கரைப் பொங்கலும், வடையும் நைவேத்தியம் செய்ய வேண்டும். ஆதித்ய ஹிருதய ஸ்லோகம், சூரிய சகஸ்ரநாமம் ஜபிக்க வேண்டும். இந்த விரதம் அனுஷ்டிப்பதால் ஆரோக்கியம், நீண்ட ஆயுள், செல்வ வளம், சுமங்கலி பாக்கியம் நிலைக்கும்.

ரதசப்தமி சூரியனுக்குரிய ஞாயிற்றுக் கிழமைகளில் வருவது மிகவும் சிறப்பு. இந்நாளில் புனித நீராடுவது இரட்டிப்பு நன்மையைத் தரும். புஷ்கரணி தீர்த்த நீரை தலையில் தெளித்துக் கொண்டாலும் ஏக புண்ணியம்.

மகாமகக் குளம் பற்றி ஒரு தகவல் உண்டு. இங்கே வந்த ஒரு பறவை தற்செயலாக குளத்து நீரில் இறகை நனைத்துவிட்டு ஒரு உதறு உதறியதாம். அந்த நீர்த்திவலை அவ்வழியே சென்ற ஒருவர் மீது பட்டு அவர் முக்தி பெற்றாராம்.

14. மூன்றுக்கும் வேறுபாடு

வழிபாடு:

மானிடப் பிறவி எடுத்த அனைவரும் (எந்தவித எதிர்பார்ப்பும் இல்லாமல்) அனுதினமும் இறைவனை வணங்க வேண்டும். இதைத்தான் வழிபாடு என்கிறோம். தினசரி உணவு உட்கொள்வது போன்றது இந்த இறைவழிபாடு.

பிரார்த்தனை:

நமது குறிப்பிட்ட சில விருப்பங்கள் நிறைவேற செய்யப்படும் சிறப்பு வழிபாட்டுக்குப் பெயர் பிரார்த் தனை. உணவு உட்கொள்வது மட்டுமின்றி கூடுதல் சக்திக்காக நாம் அருந்தும் 'டானிக்' போன்றது, பிரார்த்தனை.

பரிகாரம்:

உடலில் நோய் ஏதேனும் ஏற்பட்டால் அதைப் போக்கிக் கொள்ள நாம் சாப்பிடும் மருந்து போன்றது பரிகாரம். ஒவ்வொரு வியாதிக்கும் ஒரு மருந்து உள்ளது போல் ஒவ்வொரு பிரச்னைக்கும் சில சிறப்பு வழிபாடுகளும், பிரார்த்தனைகளும் பரிந்துரைக்கப் படுகின்றன. அதைத்தான் பரிகார பூஜை என்கிறோம். இதை பாவ மன்னிப்பு கோருதல் என்றும் கூறலாம்.

தவறு செய்வது மனித இயல்பு. அதனை உணர்ந்து மனம் வருந்தி இறைவனிடம் மன்னிப்புக் கேட்டால் அவன் நிச்சயம் மன்னித்து விடுவான். இறை வனிடம் மன்னிப்புக் கேட்கும் பூஜையை பரிகாரம் என்கிறோம். இவை அனைத்துமே முழு பக்தியுடன் இறைவனை வேண்டிக் கொள்வதுதான்.

பக்தியுடன் நாடுவோம்!

பலனைப் பெறுவோம்!

15. மனதாரக் கூறுங்கள்

ஆலயதததில் மட்டுமல்ல! பூஜை செய்யும் போது மட்டுமல்ல! வீட்டில் சமைக்கும் போதோ, பிற வேலைகளைச் செய்யும் போது கூட நம் தெய்வத்திற்குரிய மந்திரங்களைச் சொல்லிக் கொண்டே செய்யலாம்.

ஸ்லோகம் சொல்லிக் கொண்டே சமைக்கும் சாதம் கடவுளுக்குப் படைத்த 'பிர'சாதமாகி விடும். சாதம் என்றால் சாதாரண சோறு. 'பிர' என்றால் 'கடவுள்' கடவுளுக்குரிய சாதம் என்பதையே பிரசாதம் என்கிறோம்.

மகான் கபீர்தாசர் தறி நெய்யும் போது ராம, ராம, ராம என்று சொல்லிக் கொண்டே நெய்வார்.

காந்திஜி 'ராம நாமம்' சொல்லிக்கொண்டே இராட்டையில் நூல் நூற்பார்.

மகான் ராமதாசர் இதுபற்றிக் குறிப்பிடும்போது, ''குளித்தாலும் சமைத்தாலும், தண்ணீர் எடுத்தாலும் நடந்தாலும், நின்றாலும், வேலை செய்தாலும் எப்போதும் கடவுள் நாமத்தை மனதாரக் கூறுங்கள். இதனால், மனக்கவலை தீரும். மனதில் மகிழ்ச்சி நிலைக்கும் என்றார்.

பிறர் நம் மனம் புண்படும்படி பேசும் போதும் சுலோகத்தைக் கூறுங்கள். நம் சினம் தணியும். பகைவர்க்கும் அவர் கூறிய வன்சொற்கள் அவரையே சென்றடையும். ''தினமும் காலை, நாராயண நாமத்தையும், இரவில் தூங்கும்முன் சிவநாமத்தையும் சொல்லுங்கள்!'' என கூறியிருக்கிறார் காஞ்சி ஸ்ரீ மகா சுவாமிகள்.

மந்திரங்களை நாம் பலமுறை திரும்பத் திரும்ப உச்சரித்தால் நம்முடைய ஞாபகசக்தி அதிகரிக்கிறது. நமக்கு மன அமைதி கிடைக்கிறது. உடல் ஆரோக்கியம் அடைகிறது.

'காயத்ரி' மந்திரம் மிகவும் சக்தி வாய்ந்தது. அதை ஒரு முறை ஜபித்தாலே ஒருவர் அன்றைய தினம் செய்த பாவங்கள் விலகிவிடுவதாக நம்பப்படுகிறது.

அவரவர் ஜபிப்பதற்கு உகந்த மந்திரத்தை தேர்ந்தெடுக்கலாம். ஆறுதலும், மன நிம்மதியும் தரும் சில மந்திரங்கள்

ஓம் நமோ நாராயணா

ஓம் நமச்சிவாய

ஹரேத ராம ஹரே ராம

ராம ராம ஹரே ஹரே

ஹரே கிருஷ்ண ஹரே கிருஷ்ண

கிருஷ்ண கிருஷ்ண ஹரே ஹரே

ஓம் ஓம் ஓம்

ராம, ராம.

ஆலயத்தில் அந்தந்த சந்நிதிகளில் திருவுருவங்களுக்கு ஏற்ற மந்திரங்களைக் கூறுவது நல்லது. அவ்வாறு கூறுவதால் மனம் வேறு சிந்தனையில் செல்லாது.

மந்திரங்களை உச்சரிப்போம்!

மனக்கவலைகளை விரட்டிடுவோம்!

16. இறைவனை நாடுங்கள்

சிலருக்கு தீராத உடல்நலக் கோளாறு இருக்கும். எத்தனையோ மருத்துவர்ளை மாற்றியும் நோய் இன்னதென்று கண்டுபிடிக்க இயலாமல் தவிக்க நேரிடும். சில நேரங்களில் ‘‘எங்களால் முடிந்ததைப் பார்த்து விட்டோம். இனி இறைவன் கையில்தான்’’ என்று மருத்துவர்களே கையை விரித்துவிடுவர்.

தீராத நோய்களையும் தீர்த்து வைக்கும் பெரிய மருத்துவர் ஆண்டவர்தான்.

ஒரு சகோதரி தீராத வயிற்று வலியால் பாதிக்கப்பட்டிருந்தார். அவர் பார்க்காத வைத்தியர் இல்லை. வலியிலிருந்து விடுதலை இல்லை. வலியினால் அவர்பட்ட துடிப்பு கொஞ்சநஞ்சமல்ல. மருத்துவர்கள் கைவிட்ட நிலையில் ஆன்மீக பக்தர் ஒருவரைப் பார்த்தார். தன் நிலையைச் சொல்லி வருந்தினார்.

சிறிது நேரம் சிந்தித்தார். உடனே அருகிலுள்ள ஒரு கோயிலைச் சுட்டிக் காட்டினார். ‘‘21 நாட்கள் அந்த கோயிலுக்குத் தொடர்ந்து செல் தீர்த்தமும், துளசியும் பெற்றுக்கொள். வலி நீங்கி உடல் நலம் பெறுவாய்’’ என்றார்.

சகோதரியும் இறைவனை நாடினார். தனது வலி நீங்குமென்று நம்பினார். ஆச்சரியப்படும் வகையில் முழுமையாகக் குணமடைந்தது.

தற்போது மக்களுக்கு பொறுமை, நிதானம் இல்லாததால் மந்திரவாதிகளையும், மருத்துவர்களையும் அதிகம் நாடுகிறார்கள். இன்றைய சூழலில்

ஆலயங்களும் பெருகி வருகின்றன. மருத்துவமனைகளும் பெருகி வருகின்றன. மக்கள் மனதைத் திருப்திப்படுத்த இறைவன்தான் வழிகாட்ட வேண்டும்.

சிவ பக்தர்கள் சிவனை நாடலாம்

விஷ்ணு பக்தர்கள் விஷ்ணுவை நாடலாம்.

முருக பக்தர்கள் முருகனை நாடலாம்.

அவரவர் விரும்புகின்ற இறைவனை நாடலாம்.

ஆம்!... ஆண்டவன் மீது வைக்கும் நம்பிக்கை தீராத நோய்களையும் தீர்க்கின்றது.

நம் எல்லோருக்குள்ளும் தெய்வத்தன்மை இருக்கிறது. இறைவனிடம் உண்மையான பக்தி செலுத்தினால், அனைவருமே தெய்வமாகலாம்.

இறைவனை நாடுவோம்!

இன்னலைத் தவிர்ப்போம்!

17. ஒன்றே ஒன்று; அதுவும் நன்று!

பள்ளிக் குழந்தைகள் ஆரம்ப நிலையில் எல்லாப் பாடங்களையும் படிப்பர். மேல்நிலைக்குச் செல்லும்போது அவரவர் விருப்பப்பாடத்தைத் தேர்ந்தெடுக்கிறார்கள்.

இதைப் போலவே ஆன்மீக வாழ்வின் ஆரம்பத்தில் ஒரு பக்தர் பல தெய்வங்களையும் வழிபடுகிறார். காலம் செல்லச் செல்ல ஒரு இஷ்ட தெய்வத்தை வணங்க ஆரம்பித்து விடுகிறார். இவ்வாறு ஒரே தெய்வத்தை வழிபடுவதால் இறைவழிபாட்டில் மனம் ஒன்றிவிடும்.

தியானம் கைகூடும். இஷ்ட தெய்வ மூலமந்திரத்தை ஜெபித்து வந்தால் எண்ணிய செயல்கள் விரைவில் நிறைவேறும்.

விநாயகர், முருகன், அம்பிகை, சிவன், திருமால், காளி என்று எந்தத் தெய்வத்தை வேண்டுமானாலும் தேர்ந்தெடுத்து பூஜித்து வாழ்வில் வளம் பெறலாம்.

நாம் தேர்ந்தெடுக்கும் இஷ்ட தெய்வத்திற்கு உகந்த விரத நாட்கள், மூல மந்திரங்கள், அந்த தெய்வத்திற்குரிய சிறப்பு ஆலயங்களுக்குச் சென்று வழிபட்டால் முழுப் பலனையும் பெறலாம். முதலில் முன்னோர் வழிபாடு, குலதெய்வ வழிபாடு பின்னர் இஷ்ட தெய்வம் என்ற முறையில் பூஜிப்பது நல்லது.

''மன உறுதியோடு வாழ்வேன் என இஷ்ட தெய்வம் என்னைக்காத்துக் கொண்டு இருக்கிறது; என்ன நடந்தாலும் நான் மனம் தளரப் போவதில்லை. கடவுளின் கரம் என்னைத் தாங்கிக் கொண்டிருக்கிறது என்ற உறுதியுடன் வாழுங்கள்.

18. பிறை பார்க்கும் புண்ணியம்

'பிறை' என்றால் சிவபெருமான் நினைவில் நிற்பார்.

'பித்தா பிறைசூடி' என்று போற்றினார் சுந்தரர்.

சிவன் மூன்றாம் வளர்பிறையைத் தன் தலையில் சூடிக் கொண்டுள்ள மூன்றாம் பிறையை நினைவில் இருத்தி தரிசிப்பது நல்லது. 'சந்திர தரிசனம்' என்றும் கூறுவர். நான்காம் வளர்பிறையைத் தான் பார்க்கக் கூடாது. ஒரு வேளை அன்று கண்ணில் சந்திரன் பட்டுவிட்டாலும், விநாயகரை வணங்கி வழிபட்டால் தோஷம் விலகும்.

தொடர்ந்து வளர்பிறை பார்க்கும் பலன்:

மூன்று வளர்பிறையைத் தொடர்ந்து தரிசித்தால் மூர்க்கனும் அறிவு பெறுவான்.

நான்கு வளர்பிறைகளைத் தரிசித்தால் தீவினை அகலும்

ஐந்து வளர்பிறைகளை தரிசித்தால் ஆண்டியும் அரசனாவான்

ஆறு வளர்பிறைகளைத் தரிசித்தால் திருமணம் நடக்கும்.

ஏழு வளர்பிறைகளைத் தரிசித்தால் கடன் தீரும்.

பத்து வளர்பிறைகளை தரிசித்தால் புகழ் ஓங்கும்.

பனிரெண்டு வளர்பிறைகளை தரிசிக்க வம்சம் விருத்தியாகும்.

நீடித்த வளர்பிறைகளைத் தரிசிக்க நீடுலக வாழ்வு தரும்.

''திங்கள் ஆயிரம் தொழுதாள்''

ஆயிரம் பிறை கண்டு வணங்கிய புண்ணியம்தான் சிவபெருமானே கூலி ஆளாக வந்து 'வந்தி' என்னும் மூதாட்டியின் பங்கிற்கு வேலை செய்தார் என்று திருவிளையாடற்புராணம் கூறுகிறது.

'ஆயிரம் பிறை கண்டவர்' ஸ்ரீ காஞ்சி மகான் பெரியவர்.

பிறையை வணங்குவது சிவ புண்ணியம்.
பிறையை வணங்கும் உயர்ந்த வழக்கத்தை மேற்கொள்வோமாக!

19. மந்திரத்தின் பலன்

மந்திரங்களை உச்சரிக்கும்போது தவறாக உச்சரித்தால் பலன் கிடைக்குமா? விபரீதம் ஏதேனும் நடைபெறுமா? என்று சிலருக்கு ஐயம் ஏற்படுகின்றது.

மந்திரங்கள் வேதமந்திரங்கள், மற்ற மந்திரங்கள் என இருவகை உண்டு. வேதமந்திரங்களுக்கு ஸ்வரம், சரியான உச்சரிப்பு தேவை. மற்ற மந்திரங்களுக்கு ஸ்வரம் தேவை இல்லை. ஆனால் அனைத்து எழுத்துக்களின் உச்சரிப்பும் சரியாக இருக்க வேண்டும். இல்லையேல் நேர் எதிரிடையான பலன் உண்டாகலாம்.

ஒருசமயம் மந்திர மூர்த்தி சிருங்கேரி ஆசார்யாளிடம் கனபாடிகள் ஒருவர் வந்தார். அவர் ஆசார்யாளிடம்,

''சில காலம் முன்பு எனது மனைவி இறந்து விட்டாள். தினசரி செய்யும் அக்னிஹோத்ர ஹோமத்துக்கு மனைவி கட்டாயம் தேவை என்பதால் மறு விவாகம் செய்து கொண்டேன். ஆனால் அந்த மனைவியும் சில நாட்களில் இறந்துவிட்டாள். மேலும் நான் சப்தசதீ பாராயணமும் தினசரி செய்து வருகிறேன். எதனால் எனக்கு இந்தத் துக்கம் உண்டாகிறது?'' எனக் கேட்டார்.

ஸ்ரீ ஆசார்யாளும் சிறிது நேரம் கண்களை மூடி தியானம் செய்துவிட்டு அவரைப்பார்த்தார்.

'' தாங்கள் தினந்தோறும் சப்தசதீ பாராயணம் செய்கிறேன் என்றீரே! அதில் முன் பகுதியில் உள்ள கவசம் என்ற பகுதியைச் சொல்லுங்கள்!'' என்று கூறினார்.

கனபாடிகளும் கவசம் பகுதியைச் சொல்லிக் கொண்டு வந்தார். அப்போது ஓர் மந்திரத்தைத் தவறாகக் கூறினார். அதாவது 'பார்யாம் ரஷது பைரவீ' என்னும் மந்திரத்தை அவர் 'பார்யாம் பஷது பைரவீ' என்று தவறாகக் கூறியுள்ளார்.

ஸ்ரீ ஆசார்யாளும், ''அடடா... தங்களுக்கு ஏற்படும் துக்கங்களுக்கு இதுவே மூலகாரணம். அதாவது தாங்கள் 'எனது மனைவியை தேவி ரஷிக்கட்டும்' என்று இருப்பதை 'எனது மனைவியை தேவி பஷிக்கட்டும்' என்று சப்தசதீ மந்திரத்தைப் பாராயணம் செய்துள்ளீர்கள். இனி சரியாக உச்சரியுங்கள். இனி எந்தத் துக்கமும் ஏற்படாது'' என அனுக்ரஹம் செய்தார்.

எனவே மந்திரங்களைச் சரியான முறையில் உச்சரிப்பது நல்லது. நம்மால் இயன்ற எளிய மந்திரங்களைக் கூறுவது அதைவிட நல்லது.

மந்திரங்களே இன்றி நமது தூய அன்பினால் இறைவனைச் சரண் அடைவது அதனினும் உயர்ந்தது.

பிறர் காது கேட்க மந்திரத்தை உரக்கக் கூறுவது கூடாது. உதட்டசைவில் கூறுவது மத்திமம். மனதிற்குள் சிந்தனை செய்து ஜபிப்பதே உத்தமம். மந்திரங்களைப் பொருள் அறியாமல் ஜபித்தாலும் பலன் உண்டு.

இயலாமை, அறியாமை போன்ற காரணங்களால் இறை நாமத்தைத் தவறாகச் சொன்னாலும், அந்த மந்திரத்திற்குள் பக்தி புதைந்து கிடந்தால், கடவுள் அதையும் ஏற்றுக் கொண்டு அருள் புரிவார்.

கடவுளை நம்புவதுபோல அவருடைய திருநாமங்கள் மீதும் தீவிர நம்பிக்கை கொள்வது அவசியம் - **குருதேவர்.**

20. வீதி உலா...

ஆலயங்களின் மூலஸ்தானத்தில் இருக்கும் மூலவருக்கும், அருகில் இருக்கும் உற்சவருக்கும் தினசரி அர்ச்சனை, அபிஷேகம் நடைபெறும்.

திருவிழா நாட்களில் முதியோர், உடல் ஊனமுற்றவர், கண்பார்வை அற்றவர் போன்றவர்கள் ஆலயத்துக்கு வந்து இறைவனைத் தரிசனம் செய்ய முடியாது என்பதால் இறைவனே பக்தர்கள் இருக்குமிடம் சென்று பக்தர்களுக்குத் தரிசனம் தருவதற்காக உற்சவ மூர்த்தியாக கோவிலைச் சுற்றி உள்ள வீதிகளில் உலா வருவார்.

மூலவரின் அனைத்து சக்தியையும் தன்னுடன் எடுத்துக் கொண்டு உற்சவமூர்த்தி ஆலயத்துக்கு வெளியே செல்கிறார். அந்த நேரத்தில் ஆலயத்தில் உள்ள மூலவரைத் தரிசனம் செய்தல், அர்ச்சனை செய்தல் அவ்வளவு நல்லது அல்ல.

மூலவர், உற்சவர் இரண்டு மூர்த்திகளும் ஒன்றாக இருக்கும்போது ஆலயத்தில் வலம் வரலாம். மூலவர் மட்டும் இருக்கும்போது வலம் வருவது நல்லதல்ல.

உற்சவர் வீதியுலா வரும்போது நம் இல்லம் நோக்கி வருகிறார். அந்த நேரத்தில் இறைவனுக்கு வெற்றிலை, பாக்கு, பூ, பழம் வைத்து கற்பூர ஆரத்தி காட்டி தரிசிப்பது நல்லது. வீட்டிற்கு வரும் விருந்தினரை உபசரிக்கின்றோம் அல்லவா?

21. பாவை நோன்பு

பாவை என்றால் பெண்களைக் குறிக்கும். பெண்கள் மட்டுமே மேற்கொள்ளும் நோன்பு (விரதம்) என்பதால் ''பாவை நோன்பு'' என்றழைக்கப்பட்டது.

பாவை நோன்பிருந்து, மனம் போலவே அரங்கன் அவர்களுக்கு மாலை சூட்டி தன்னிடம் ஐக்கியம் செய்து கொள்ளப்பட்டவர் ஆண்டாள்.

ஆண்டாளின் மனம் திருவரங்கத்தில் உறையும் ஸ்ரீ ரங்கநாதரின் மீது காதல் கொண்டதை அறிந்த பெரியாழ்வாரோ மானுடராய்ப் பிறந்தவர் இறைவனை எப்படி மணக்க முடியும் எனக் கலங்கி நிற்க, ஆண்டாளோ எதைப்பற்றியும் கவலை கொள்ளாது திருமணக் கனவை ஸ்ரீரங்கநாதனோடு சேர்ந்த நிலையில் கண்டு கொண்டிருந்தார்.

தன்னுடைய பக்தி இறைவனைச் சென்று அடையவில்லை என எண்ணி 'பாவை நோன்பு' நோற்க ஆயத்தமானாள். மார்கழியில் விடியத் துவங்கும் அதிகாலைப் பொழுதை ஆண்டாள் 'பாவை நோன்பு' நோக்கத் தேர்ந்தெடுத்தாள். நோன்பிருக்கும் சமயத்தில் பாடுவதற்கு பாசுரங்களை வடித்தாள். அப்பாசுரங்களுக்கு 'திருப்பாவை' என்று பெயர் சூட்டினாள்.

பாவை நோன்பு நோற்று முடித்த ஆண்டாளை, அவள் கொடுத்த மாலையோடு ஸ்ரீரங்கநாதர் விரும்பி ஏற்றார்.

நோன்பு நாட்களில் பெண்கள் நெய் உண்ணாமல், பால் அருந்தாமல், கண்ணுக்கு மை இடாமல், கூந்தலுக்கு மலரிடாமல், செய்யக்கூடாத காரியங்களைச் செய்யாமல், தீய வார்த்தைகளைப் பேசாமல் தர்மம்

செய்து வரவேண்டும் என்று திருப்பாவையில் ஆண்டாள் கூறுகின்றாள். இத்தகைய முறையோடு பாவை நோன்பிருந்து வந்தால், நல்ல கணவன் அமைவான். மனத்தெளிவும், சகல சவுபாக்கியங்களும் கிடைக்கும். நாடு செழித்து நல்ல மழைபொழியும். பிரிந்த தம்பதியர் இணைவர்.

ஆண்டாளுக்குப் பிரசித்தமான இடம் ஸ்ரீவில்லிபுத்தூர். கொண்டைக் கடலை, சுண்டக் காய்ச்சிய பால், வெல்லம் ஆகியவை சேர்க்கப்பட்ட திரட்டுப்பால் நிவேதனம் செய்து ஆண்டாளுக்குப் படைக்கின்றனர். திருமணம் முடிக்கும் பெண்கள் இதைச் சாப்பிட்டால் ஆரோக்கியமான உடல்நிலை கிடைக்கும்.

திருமணமாகாத பெண்கள் துளசிமாலை வாங்கி வந்து ஆண்டாளுக்கு சாத்தி வணங்கி பின் அதனை வாங்கி கழுத்தில் அணிந்து கொண்டு அருகிலிருக்கும் கண்ணாடிக் கிணற்றை சுற்றி வந்து கிணற்றினுள்ளே பார்த்துவிட்டு பின் மீண்டும் ஆண்டாளிடம் வந்து வழிபடுகிறார்கள். இவ்வாறு வழிபடுபவர்களுக்கு வளையல், மஞ்சள் கயிறு பிரசாதமாகக் கொடுக்கின்றனர். இதனால் தடைபட்ட திருமணங்கள் நடக்கும் என்பது நம்பிக்கை.

ஸ்ரீவில்லிபுத்தூர் கோயிலில் ஆண்டாள் தோழியரை எழுப்பும் சிற்பங்கள் 'திருப்பாவை விமானத்தில்' உள்ளன. ஆண்டாளைத் தரிசிப்பவர்கள் இந்த விமானத்தை அவசியம் தரிசிக்க வேண்டும்.

மார்கழி மாதத்தில் வைகறைத் துயிலெழுந்து பகவானைத் துதிசெய்தால் மற்ற எல்லா மந்திரங்களாலும் பகவானைப் பூஜித்த பலனைப் பெறலாம்.

22. முக்திக்கு சிவராத்திரி

"சக்தியை வழிபட நவராத்திரி
சிவனை வழிபட சிவராத்திரி"

மங்களம் தரும் இரவு, நன்மை தரும் இரவு, இன்பங்களை அளிக்கும் இரவு என்ற பொருளை இந்த சிவராத்திரி நமக்கு எடுத்துரைக்கிறது.

இந்த நாளின் மகிமை பற்றி நந்திதேவர் உபதேசம் செய்ததன் காரணமாக விநாயகப் பெருமான், முருகப்பெருமான், சூரியன், சந்திரன்,மன்தமன், எமன், சந்திரன், அக்கினி, குபேரன் முதலானோர் இந்நாளில் விரதம் மேற்கொண்டு வரங்களைப் பெற்றுள்ளனர்.

கண் விழித்தல்:

மகா சிவராத்திரி என்றால் அன்றைய தினம் கண் உறங்காமல் விழித்திருக்க வேண்டும் என்பதே அனைவருக்கும் தெரிந்த விரத முறையாக இருக்கிறது.

மகா சிவராத்திரி அன்று விழித்திருக்க வேண்டும் தான். ஆனால் கண்விழித்து இருக்க வேண்டும் என்பதற்காக பெண்கள் விடியவிடிய டி.வி.யில் ஒளிபரப்பப்படும் நிகழ்ச்சியைப் பார்த்து பேசிச் சிரித்தபடியும், ஆண்களில் சிலர் இரவு முழுவதும் சீட்டாட்டம் போன்ற கேளிக்கைகளில் கூத்தடித்தபடியும் கண் விழிக்கின்றனர்.

இவ்வாறு செய்வதால் என்ன பலன்? இந்தக் கேள்விக்கு "இன்று நல்ல நாள். சிவனுக்கு உகந்த நாள். இன்று கண் விழித்தால் பாவங்கள் அகலும். மோட்சம் கிடைக்கும். அதனால் கண் விழிக்கின்றோம்" என்று பதில் கிடைக்கும். கண் விழித்து விரதம் இருக்க

வேண்டும் என்பது சரிதான். ஆனால் அது எவ்வாறு இருக்க வேண்டும்? என்பதை அறிந்திருக்க வேண்டும்.

முறையாக வழிபட்டால் முக்தி:

மகா சிவராத்திரி விரதத்தை மேற்கொள்பவர்கள் அதற்கு முன்தினம் திரயோதசி அன்று, ஒரு பொழுது மட்டும் உணவருந்தி, சதுர்த்தியில் உபவாசம் இருந்து தூக்கம் களைந்து சிவாலயங்களில் நான்கு யாமங்களிலும், சிவபெருமானைப் பூஜித்து வழிபட்டு, மறுதினம் அடியார்களுக்கும், பிராமணர்களுக்கும் அன்னதானம் வழங்க வேண்டும். அதன் மூலம் முக்தியைப் பெறலாம்.

மகா சிவராத்திரி விரதம் ஒன்றை மட்டும் முறையாக 24 ஆண்டுகள் செய்து வந்தால் சகல சௌபாக்கியங்களுடன், சிவகதியை அடைவார்கள். மானிடப் பிறவியை பெற்றிருக்கும் நாம், இறைவனைத் தொழும் விரதங்களை, அவற்றின் உண்மைக் கருத்துக்களை உணர்ந்து அதன்வழி நின்று விரதத்தைக் கடைப்பிடித்து முழுப்பயனையும் அடைவோம்!

பிறவிச் சூழலில் இருந்து விடுபட ஏதாவது வழி இருக்கிறதா என்றால், இருக்கிறது... அதற்கு ஒருமந்திர வார்த்தையைச் சொல்லி இருக்கின்றனர், முன்னோர்...

அதுதான் 'அன்பே சிவம்' பிற உயிர்களையும் தம்மைபோல் கருதி அன்பு செலுத்த வேண்டும். அதற்காக நம்மைத் தயார்படுத்திக் கொள்ளும் நாளே சிவராத்திரி

அன்பே சிவம்!

23. ஸ்ரீ ராம நவமி

(சத்தியத்தைக் கைவிடாதே. எப்போதும் உற்சாகத்துடன் இரு. பிறவியும், மூப்பும் மரணமும் உனக்கு இயல்பானவையே என்பதை நினைத்து எப்போதும் பணிபுடன் நடந்துகொள். அதிர்ஷ்டம் வந்துசேர்ந்தால் பிரமாதமாக மகிழ்ந்து போகாதே. அதிர்ஷ்டம் போய்விட்டால் மனவருத்தமும் கொள்ளாதே. மனதைச் சமநிலையில் வைத்திரு- **இராமர்**)

இராமர் பிறந்த தினத்தையே ராம நவமியாகக் கொண்டாடுகிறோம். தசரத மன்னனின் தாத்தா ரகு, இவர் 'விஸ்வஜித் யாகம்' நடத்த தன் பொருளை எல்லாருக்கும் வாரி வழங்கிய வள்ளல் ஆவார். இவர் வம்சத்தில் வந்தவர்கள் 'ரகு வம்சத்தினர்' என்று அழைக்கப்பட்டனர். இதன் காரணமாக அந்த வம்சத்தில் பிறந்த இராமனுக்கு, ராகவன் என்ற பெயரும் ஏற்பட்டது.

அயோத்தி மாநகரின் 65-வது அரசனாக வந்தவர் இராமன். ஸ்ரீஇராம நவமியை இந்தியா முழுவதும் கொண்டாடுகின்றனர்.

அன்று ஸ்ரீ ராமர் பட்டாபிஷேக படத்தை வைத்து பூஜை செய்து வடை, நீர்மோர், பாகனம், பாயசம் செய்து வைத்து நைவேத்தியம் செய்வர். விசிறிகளைத் தானமாக வழங்குவர்.

நியமத்தோடு உபவாசமிருந்து பூஜை செய்வது விசேஷம். அந்த வகையில் சிலர் ஸ்ரீ ராமநவமி அன்று விரதமிருப்பது வழக்கம்.

வட மாநிலங்களில் நவமிக்கு எட்டு நாட்களுக்கு முன்பே 'அகண்ட ராமாயணம்' என ஆரம்பித்து,

விடாமல் தொடர்ந்து 'துளசி ராமாயணம்' வாசிப்பர். ''ராம'' நாமம் எல்லையற்ற ஆன்ம சக்தியைக் கொடுக்கக் கூடியது.

''கர்மே காம் முக்மே ராம்''

அதாவது கைகளினால் வேலை செய். வாய் 'ராம நாமம்' ஒலித்துக் கொண்டிருக்கட்டும் என்பது இதன் பொருள்.

ராமாயணம் முழுவதும் பாராயணம் செய்ய இயலாதவர்கள் 108 முறை **''ஸ்ரீ ராம ஜெய ராம ஜெய ஜெய ராம''** என்று கூறலாம்.

ஸ்ரீ ராம நவமி அன்று அனைவரும் இராமர் படத்திற்கு முன்பு பூஜை செய்து ஸ்ரீ ராமனை வணங்குவதன் மூலம் ஆயுள், ஆரோக்கியம், சந்தானம், செல்வம் ஆகிய ஐஸ்வர்யங்கள் கிடைப்பதுடன், இராமரின் அருளையும் பெறலாம்.

ஸ்ரீ ராம ஜெயராம ஜயஜய ராமா!

அலட்சியமின்றி, ஆண்டவன் நாமம் சொல்வோம். அவன் அருளாலே அல்லல்களை வெல்வோம்!

24. சிவ தரிசனம்

சிவன் கோயிலில் நுழைந்தவுடன் நமதுகண்களில் பிரமாண்டமாகத் தெரியும் கோபுரம் இராஜகோபுரம் எனப்படும். அதனைத் தெய்வ வடிவமாக எண்ணி வணங்கிவிட்டுத்தான் கோயிலுள் நுழைய வேண்டும். கோயிலுக்குச் செல்ல முடியாதவர்கள் கூட தூரத்தில் இருந்தபடியே கோபுர தரிசனம் செய்வது இறைவனை வணங்குவதற்குச் சமமாகும். எனவே தான் ''கோபுர தரிசனம் கோடிப் புண்ணியம்'' என்கிறார்கள்.

கோயிலின் உள்ளே நுழைந்தவுடன் தெரிவது பலிபீடம் ஆகும். அதனருகில் சென்று கீழே விழுந்து காமம், கோபம், பேராசை, பற்று, அகங்காரம் ஆகியவற்றை அந்த இடத்தில் பலி கொடுத்துவிட வேண்டும். அடுத்து கொடிக் கம்பம், திருவிழாக்காலங்களில் கொடி ஏற்றுவார்கள். அடுத்து சிவனின் வாகனமான நந்தியின் மண்டபம் அமைந்துள்ளது. இவரை வணங்கி 'உன் ஐயனைத் தரிசிக்க உத்தரவு தர வேண்டும்' என்று அனுமதி பெற்ற பின்பே சிவனை வணங்கச் செல்ல வேண்டும்.

முதலில் முழுமுதற் கடவுளான விநாயகரை வணங்கி தோப்புக் கரணம் போடவேண்டும். அடுத்து சிவபெருமானை ஒரே சிந்தனையுடன் வணங்க வேண்டும். பின் அம்பாள், தட்சிணாமூர்த்தி,சுப்ரமணியர், துர்க்கை, பைரவர் ஆகியோரை வழிபட வேண்டும்.

கடைசியாக இறைவனைத் தரிசிக்க வரும் பக்தர்களின் கோரிக்கயை கணக்கெடுக்கும் சண்டிகேசுவரருக்கு முன் நின்று,

வந்தேன், வந்தேன், வந்தேன்!

இறைவனின் தரிசனம் கண்டேன், கண்டேன், கண்டேன்!

என மெதுவாகக் கூறி நன்றி சொல்லி வெளியே வரவேண்டும்.கோயிலை விட்டு வெளியே வரும் போது சிறிது நேரம் அமர்ந்து,

'இறைவா! நான் எனது பிரார்த்தனையைக் கூறிவிட்டேன். இதில் எனக்கு எது தேவை, எது தேவையில்லை என்பது உனக்குத் தெரியும். அதன்படி வரம் கொடு' எனப் பிரார்த்ததனை செய்துகொள்ள வேண்டும்.

பின் மறுபடியும் கொடிக்கம்பத்திற்கு அருகில் சென்று நமஸ்காரம் செய்துவிட்டு வெளியில் வர வேண்டும்.

சிவனை வணங்கும்போது 'ஓம் நமசிவாய' என்ற மந்திரத்தை ஓதி வணங்க வேண்டும்.

நமச்சிவாய நமச்சிவாய நல்ல மந்திரம்!

நாளும் சொன்னால் நல்ல நேரம் வந்திடும்!

நற்பதவி நமக்கு வர சிவனை வணங்குவோம்!

நமச்சிவாய மந்திரத்தை நாளும் சொல்லுவோம்!

ஓம் நமச்சிவாய!

25. உயர் கல்வி பெற

ஆடி அமாவாசையைப் போன்று ஆடிப் பவுர்ணமியும் மிகவும் சிறப்பு வாய்ந்தது. மகாவிஷ்ணு வின் குதிரை முக அவதாரமான ஹயக்ரீவர் அவதரித்த தினம் ஆடிப் பவுர்ணமிதான். இவர் சரஸ்வதியின் குரு என்று புராணங்கள் கூறுகின்றன. கல்வியின் தெய்வமாகிய சரஸ்வதியின் குருவாகிய ஹயக்ரீவரைத் தரிசிப்பதும், அவரது துதிகளைச் சொல்வதும் குழந்தைகள் கல்வி, கலைகளில் சிறந்து விளங்க வழி வகுக்கும்.

இந்த ஹயக்ரீவரை குழந்தைகள் காலை, மாலை படிக்கத் தொடங்கும் முன்:

‘‘ஓம் வாகீஸ்வராய வித்மஹே

ஹயக்ரீ வாய தீமஹி

தன்னோ ஹம்ஸஹ் பரசோதயாத்

ஞானானந்தமயம் தேவம்

நிர்மல் ஸ்படி காக்ருதிம்

ஹயக்ரீவ முபாஸ்மஹே’’

என்ற மந்திரத்தை உச்சரித்து படிப்பைத் தொடங்கினால் கல்வியில் சிறந்து விளங்குவர் என்பது ஐதீகம்.

சென்னையில் செங்கற்பட்டு மாவட்டத்தில் செட்டி புண்ணியம் என்ற இடத்தில் ஹயக்கிரீவர் கோயில் உள்ளது. இங்கு மாணவர்கள் சென்று சிறப்பு வழிபாடுகள் செய்து வருகின்றனர்.

26. கல்வியில் மேம்பட

குழந்தைகள் கல்வி பயிலச் செல்லும் காலம் முதல் இறுதிப் படிப்பு முடியும் வரை ஒவ்வொரு சனிக் கிழமையும் ஆஞ்சநேயர் கோயிலுக்குச் சென்று வணங்கி வரவேண்டும். ஒவ்வொரு வருடமும் தேர்ச்சி பெற்றவுடன் ‘என்னை வெற்றி பெறச் செய்த ஆஞ்சநேயருக்கு நன்றி’ என்று 108 முறை சிறிய தாள்களில் எழுதி அதனை ஆஞ்சநேயருக்கு மாலையாகக் கட்டிப்போடலாம்.

ஆஞ்சநேயர் கோயிலுக்குச் செல்ல முடியாத மாணவ மாணவிகள் கீழ்க்கண்ட ஆஞ்சநேயர் மந்திரத்தை தினமும் காலையில் சொல்லி வணங்கி

வந்தால் இறுதிப் படிப்பு வரை கல்வியில் உயரலாம். பட்டமும், பதவியும் தேடி வரும்.

ஓம் ரீம் ராம்ராம் ஆஞ்சநேய

ராம் ராம் மம சர்வ

சத்ரு சங்கட நாசய நாசய

ராம் ராம் ஸ்ரீஓம்

ஆரம்பத்தில் தினசரி காலையில் ஒருமுறை சொல்லி வந்து வகுப்புகள் உயர உயர பாராயணத்தையும் தினசரி காலையில் ஒரே தடவையில் 16 முறை சொல்ல வர, கல்வியில் மேம்பட்டு சிறப்படையலாம்.

27. கோமாதா நம் குலமாதா

பசுவிற்கு தீங்கு விளைவிப்பது மிகப்பெரிய பாவமாகக் கருதப்பட்டது. அதனால் பசுவானது உயரிய இடத்தில் வைத்து போற்றப்பட்டது.

சைவ வழிபாட்டில் முக்கிய இடம் பிடிப்பது பசு வழிபாடு. பசுவின் உடலில் சிவன், பிரம்மா, விஷ்ணு உள்ளிட்ட தெய்வங்களும், தேவர்களும், முனிவர்களும் வாசம் செய்வதாக ஐதீகம்.

பக்தி, முக்தி மேலும் சக்தியின் உருவம் கோமாதா. அதன் சேவைதான் மிகப்பெரிய சேவை. திருமகள் கோமாதாவின் உருவில் பலவிதமான சேவைகளை நமக்குப் பணித்திருக்கிறார்கள். பசுமாட்டுச் சாணியில் திருமகள் வாசம் புரிகிறாள். அதாவது பணம், பொருட்கள், நகைகள், அணிகள், சொத்து சுதந்திரம் எல்லாமே பசுஞ்சாணியில் தான் புகலிடம் புகுந்துள்ளது.

பசு மேய்ப்பவன் பசுவைக் கோலால் அடிப்பதைக் கண்டு மனம் பொறுக்காது. மேய்ப்பவனை விலக்கி தானே அப்பசுக்களை மேய்க்கும் பொறுப்பை ஏற்றுக் கொண்டவர் சண்டேஸ்வரர்.

மனுநீதி கண்ட சோழன் தாய்ப்பசு அடைந்த அதே துன்பத்தைத் தானும் அடைவதே முறை என தன் ஒரே மகனை தேரை ஏற்றிக் கொன்றான். இந்தச் செயலைக் கண்ட சிவனின் அருளால் பசுக்கன்றும், அரசிளங்குமரனும் உயிர்பெற்று அனைவரும் சிவகதி பெற்றனர்.

ஆனாய நாயனார் என்பவர் தனது புல்லாங்குழல் இசையால் பஞ்சாட்சர மந்திரத்தை இசைத்து பசுக்களை மேய்த்துச் சிவ புண்ணிய கைங்கர்யத்தைச் செய்து சிவபதம் அடைந்தார்.

இப்படி பசுவிற்கு நற்செயல்கள் செய்ததால் பெரும்பேறு பெற்றவர்கள் பலர். நாமும் அவர்கள் வழியைப் பின்தொடர்வது அவசியம்.

விசேஷ நாட்களில் கோபூஜை செய்வது நல்லது. அமாவாசை, திதி போன்ற நாட்களில் கோ சாலைக்குச் சென்று அகத்திக் கீரை, வாழைப்பழங்கள் முதலியவற்றை வழங்குவது நல்லது. கோ பூஜை செய்வது எல்லா தெய்வங்களுக்கும் பூஜை செய்வதற்குச் சமமாகும். எல்லா தெய்வங்களும் மகிழ்ச்சி அடைந்து நம்மை வாழ்த்தும். கடவுளின் நேர் உருவம் பசு என்ற பரம தெய்வம் தான்.

கோமாதா எங்கள் வணக்கத்துக்கு உரியவள். பூமாதா நமக்களித்த வரம் அவள். கோ சேவாதான் இறைவனுக்கு நாமளிக்கும் சேவை. காமதேனுவை மகிழச் செய். பாலும் உணவும் அளிப்பவள் அவளே! வயல் வெளிகளுக்கு உரம் கொடுப்பவள் அவளே! தாயைக் காப்பாற்றுங்கள். கோசாலாவிற்கு உதவி புரியுங்கள். கோ தானம் செய்யுங்கள்!

வணக்கத்திற்குரிய எங்கள் தாயே!

கோமாதா எங்கள் குலமாதா!

28. பிரதோஷ வழிபாடு

வளர்பிறையில் ஒரு பிரதோஷம், தேய்பிறையில் ஒரு பிரதோஷம் என மாதத்திற்கு இருமுறை பிரதோஷ காலம் வருகிறது. அதாவது மாலை 4 மணி 30 நிமிடம் முதல் இரவு 7 மணி 30 நிமிடம் வரையுள்ள மூன்று மணி (ஏழு நாளிகை) நேரமும் பிரதோஷ காலம் என்றாலும் பிரதோஷ வழிபாடு செய்வதற்கு மிகவும் சரியான நேரம் மாலை 5 மணி 15 நிமிடம் முதல் இரவு 6 மணி 45 நிமிடம் வரையிலான நேரமே ஆகும்.

சாதாரண பிரதோஷ வேளைகளில் சிவாலயத்திற்குச் சென்று வழிபாடு செய்தால் ஒரு வருடம் ஆலயம் சென்று வழிபாடு செய்த பலனும், சனிப்பிரதோஷத்தன்று வழிபாடு செய்தால் ஐந்து வருடம் ஆலய வழிபாடு செய்த பலனும் கிடைக்கும்.

பதினோறு பிரதோஷம் பார்ப்பது ஒரு கும்பாபிஷேகம் கண்ட பலனைத் தரும். 120 பிரதோஷம் பார்ப்பவர்களுக்கு மறுபிறவி கிடையாது.

சோமப் பிரதோஷம்:

திங்கட்கிழமை வரும் பிரதோஷ கால தினத்திலும் சிவாலயம் சென்று பிரதோஷ கால வழிபாட்டில் கலந்து கொண்டு முறையாகச் சிவனைத் தரிசித்து வணங்கி வழிபாடு செய்து வந்தால் 'ஓம்' எனும் 'ஓம்காரம்' ஆன ''பிரணவ மந்திரத்தை'' சொல்லிய பலன் கிட்டும். இழந்த செல்வங்கள் அனைத்தும் மீண்டும் கிடைக்கப் பெற்று பெரும் செல்வந்தர் நிலை உண்டாகும்.

சனிப்பிரதோஷம்:

சனிக்கிழமைகளில் வரும் பிரதோஷம் மிகவும் சிறப்பு வாய்ந்தது. இதற்கு பெரிய பிரதோஷம் என்றும் பெயர் உண்டு.

தேவர்களைக் காக்க ஈசன் ஆலகால நஞ்சை உண்ட நாள் சனிக்கிழமை. தேவர்கள் தங்கள் தவறை உணர்ந்து ஈசனிடம் சரணம் அடைந்தபோது 'சந்தியா நிருத்தம்' என்னும் அற்புத நடனத்தை ஈசன் ஆடியநாள் திரியோதசி கூடிய நாளில் வரும் பிரதோஷம் 'சனிப்பிரதோஷம்' ஆகும்.

பிரதோஷ நாளன்று உபவாசம் இருந்து கடவுளை வழிபட வேண்டும். தரிசனம் முடிந்தபின்னர் பால், பழம் அருந்தி வெறும் தரையில் படுத்து உறங்கினால் பிரதோஷத்திற்கான முழுபலன் கிடைக்கும்.

ஈசன் அன்னையுடன் ரிஷப வாகனத்தில் எழுந்தருளி வலம் வரும் அழகைத் தரிசித்து பலன் பெற விரும்புவோர் முதலில் நந்திதேவரை

கொம்பாலும் முட்டாமல்

குளம்பாலும் மிதிக்காமல்

வாலால் கைலாயம் காட்ட வேண்டும்

என்றுகூறி வழிபட்டு 'நந்தீஸ்வரா, ஐயனைத் தரிசிக்க உத்தரவு தர வேண்டும்' என்று அனுமதி பெற்று பின்னர் அன்னையைத் தரிசித்து அதன் பின்னர் ஈசனைத் தரிசித்து வணங்க வேண்டும்.

பிரதோஷ வழிபாட்டின் சிறப்பு:

* சிவபெருமானை நினைத்து தியானம் செய்வதற்கு மிக உகந்த நேரம் பிரதோஷ நேரம் தான்.

* பிரதோஷ காலத்தில் முதலில் நந்திதேவருக்கு அபிஷேகம் செய்வர்.

* பிரதோஷ நேரத்தில் உலகம் ஒருங்கிணைகிறது. எனவே ஈசனிடம் நாம் ஒடுங்க அதுவே சரியான நேரம்.

* பிரதோஷ நேரத்தில் சிவாலயத்தில் இருக்க இயலாவிட்டாலும், ஈசுவரனை மனதில் நினைத்துக் கொண்டால் நினைத்தது நடக்கும்.

* பிரதோஷ வழிபாட்டைத் தொடர்ந்து செய்து வந்தால் மறுமையிலும் பலன்கள் கிடைக்கும்.

* சனிப்பிரதோஷம் தினத்தன்று விரதம் தொடங்கி, பிரதோஷம் தோறும் விரதம் இருந்து வந்தால் ஈஸ்வரனிடம் நீங்கள் வைக்கும் கோரிக்கைகள் எல்லாம் நிறைவேறும்.

* ஒவ்வொரு பிரதோஷத்திலும் வில்வ இலை கொண்டு பூஜித்தால் கூடுதல் பலன்கள் கிடைக்கும்.

* ஆண்டுக்கு 25 தடவை பிரதோஷம் வருகிறது.

இத்தகைய சிறப்புப் பெற்ற பிரதோஷ காலத்தில் கயிலாய நாதனாம் சிவபரம் பொருளாகிய ஈசனை நாமும் தரிசித்து வணங்கி வழிபாடு செய்து வாழ்வில் எல்லா நலன்களையும் வளங்களையும் பெற்று இன்புற வாழ்ந்து, பேரின்பப் பெரிய வீட்டை அடைந்து, மீண்டும் பிறவா அமைதி நிலையை அடைவோமாக!

நமச்சிவாயம் வாழ்க! நாதன் தாள் வாழ்க!

29. கோலத்தின் மகிமை

விடியலில் வாசல் தோறும் சாணம் தெளித்து கோலமிடுதல் மங்களகரமான செயல். ஆனால் தற்பொழுது காலை ஏழு மணிக்குக் கூட வெறும் தண்ணீர் தெளித்து கோலமிடுகின்றனர்.

காலை முதல் இரவு வரை செய்யப்படும் எல்லாக் காரியங்களும் நல்லபடியாக அமையவேண்டும் என்பதற்காகத்தான் வாசல் தெளித்து கோலமிட்டு அந்த நாளை மங்களகரமாகத் தொடங்குகிறோம்.

பணிக்குச் செல்லும் கணவர் எவ்வளவு அதிகாலை வேளையில் புறப்பட்டாலும் அதற்குமுன் வாசல் தெளித்து கோலமிட்டு அவரை வழி அனுப்பி வைப்பது தான் சிறந்த இல்லத்தரசியின் கடமை. அவர் சென்ற பிறகு வாசல் தெளிப்பது என்பது தவறான செயலை நினைவுறுத்தும்.

பொதுவாக எவராக இருந்தாலும் புறப்படுவதற்கு முன் காலை நேரமாக இருந்தால் வாசல் தெளித்து அனுப்ப வேண்டும். மாலை நேரமாக இருந்தால் வீடு வாசல் பெருக்கிவிட்டு அனுப்ப வேண்டும் என்று பெரியவர்கள் கூறுவார்கள். முந்தைய இரவே கோலம் போடுவது தவறு. ஸ்டிக்கர் ஒட்டுவதும் அழகுக்கே!

அழகுக்காகப் போடப்படுவது ஒன்று. கோலம் போடப் பயன்படும் அரிசி மாவை எறும்பு, காகம் தின்று பசியாற வேண்டும் என்பது இரண்டாவது. வாசலில் அரிசி மாவுக் கோலம் இடுவதேமுறை. இது எல்லா உயிர்களும் வாழ வேண்டும் என்பதற்காகவே.

கோலங்களின் மகத்துவம்:

கோலம் என்பது வாசலில் போடுவது மட்டுமல்ல. தினமும் கடவுள் சந்நிதியில் போடவேண்டும். அவ்வாறு போடப்படும் கோலங்கள் திருஷ்டி கோலம், நோய்களை நீர்க்கும் கோலம் எனப் பலவிதமாக உள்ளன.

1. மார்கழியில் தெருக்கள் முழுவதும் பெண்களின் கை வண்ணத்தில் கோலங்கள் நிறைந்திருக்கும். ஆனால் தற்பொழுது கோலங்கள் குறைந்துவிட்டன. கோலப் போட்டி நடைபெறுகிறது. அங்கும் ‘ரங்கோலி’ தான் முதலிடம் வகிக்கிறது.

ஏதோ மனதிற்குத் தோன்றியபடி போடாமல் முறையாகக் கோலங்களைப் போடுவது லஷ்மிகரமாக இருக்கும். அவ்விதக் கோலங்கள் தேவதைகளுக்குப் ப்ரீதியை உண்டாக்கும் பெண்கள் கடவுள் சந்நிதியில் கோலங்கள் போட்டு அதில் குத்துவிளக்கு ஏற்றி வழிபட்டால் அஷ்டலஷ்மி கடாட்சம் பெறுவார்கள்.

செவ்வாய், வெள்ளிக்கிழமைகளில் வாசலில் படிக் கோலம் போட்டால் நல்லது. படிக்கோலம் இரண்டு வகைப்படும். இவை இரண்டு அல்லது நான்கு

இழைகளாக இருக்க வேண்டும். விசேஷ நாட்களிலும் இத்தகைய கோலங்களைப் போட்டு காவியைச் சுற்றி இட்டால் பார்ப்பதற்கு மிக மங்களகரமாக இருக்கும்.

தினமும் காலையில் குளித்துவிட்டு கடவுள் சந்நிதியில் கோலம் போடுவது அதுவும் அரிசி மாவினால் போடுவது மிகவும் விசேஷம்.

'சௌந்தர்ய லஹரி தெரிந்தவர்கள் சுலோகம் சொல்லி கோலம் போட்டால் மிகுந்த பலன் கிடைக்கும்.

ஞாயிற்றுக்கிழமை

திங்கள் கிழமை

செவ்வாய்க் கிழமை

புதன் கிழமை

வியாழக் கிழமை

வெள்ளிக் கிழமை

சனிக் கிழமை

'த்வயா ஹருத்வா' துவங்கும் சுலோகம் சௌந்தர்ய லோகம் சொல்ல இயலாதவர் அந்தந்த கோலங்களை கிழமைக்கேற்ப போட்டு வழிபட்டால் அஷ்டலஷ்மி கடாட்சம் பெறலாம். சௌந்தர்ய லஹரி சுலோகங்கள் சொல்லி வந்தால் மிகுந்த பலன் கிடைக்கும்.

ஞாயிற்றுக்கிழமை
(ஜடப்பொருள்களால் தடை நீங்க)

தநீயாம்ஸம் பாம்ஸூம் தவ சரண- பங்கேருஹ பவம். விரிஞ்சி: ஸஞ்சிந்வந் விரசயதி லோகா - நவிகலம் வஹத்யேநம் சௌரி: கதம்ப ஸஹஸ்ரேண ஸிரஸாம். ஹர: ஸம்க்ஷுத்யைநம் பஜதி பஸிதோத்தூளந விதம்

திங்கட்கிழமை (பராசக்தியின் பெருமை)

சிவ: ஸக்த்யா யுக்தோ யதி பவதி சக்த: ப்ரபவிதும் நசேதேவம் தேவோ ந கலு குலை: ஸ்பந்திது-மபி அதஸ்-த்வா- மாராத்தியாம் ஹரி-ஹர- விரிஞ்சாதிபி- ரபி ப்ரணந்தும் ஸ்தோதும் வா- கத் - மக்ருத - புண்ய: ப்ரபவதி

செவ்வாய்க்கிழமை (பகை நீங்க, தைரியமும் வெற்றியும் கிடைக்க)

தடில்லேகா - தந்வீம் - ஸஸி - வைஸ்வாநர -மயீம் நிஷண்ணாம் ஷண்ணா - மப்யுபரி கமலாநாம் தவகலாம் மஹாபத்மாடவ்யாம் ம்ருதித - மல மாயேக மநஸா மஹாந்த: பஸ்யந்தோ தததி பரமாஹ்தோ தததி பரமாஹ்லாத - லஹரீம்.

புதன் கிழமை (கலைகளை அளிப்பவள்)

ஸவித்ரீபிர்- வாசாம் - ஸஸிமணி - ஸிலா - பங்கருசிபிர் வஸிந்யாத்யாபிஸ் - த்வாம் ஸஹ ஜநநி ஸஞ்சிந்தயதி ய: ஸ கர்த்தா காவ்யாநாம் பவதி மஹதாம் பங்கிருசிபிர் வசோபிர்- வாக்தேவி வதன- கமலாமோத -மதுரை:

வியாழக்கிழமை (வேதப்பொருள் விளங்க)

அவித்யாநா- மந்தஸ்திமிர - மிஹிர - தவீப - நகரி ஜடாநாம் சைதந்ய - ஸ்தபக - மகரந்த ஸ்ருதிஜரீ தரித்ராணாம் சிந்தாமணி - குணநிகா ஜன்மஜலதெள நமக்நாநாம் தம்ஷ்ட்ரா - முராரி - வராஹஸ்ய பவதி.

வெள்ளிக்கிழமை - ஸ்ரீசக்ர வர்ணனை (மலடு நீங்க)

(8 நாட்கள் 1000 தரம்)

சதுர்ப்பி: ஸ்ரீ கண்னடம்; ஸிவ யுவதி: பஞ்சபிரபி பரபிந்நாபி: ஸம்போர் - நவபிரபி மூலப்ரக்ருதிபி: சதுஸ் சத்வாரிம்ஸத் - வஸுதல - கலாஸ்ரர - த்ரிவலய- த்ரிரேகாபி: ஸார்த்தம் தவசரணகோணா: பரிணதா:

சனிக்கிழமை (வியாதி, கடன் தொல்லை நீங்க)

த்வயா ஹிருத்வா வாமம் வபு - ரபரித்ருப்தே ந மநஸா ஸரீரார்த்தம் ஸம்போ - ரபரமபி ஸங்கே ஹ்ருதமபூத் யதேத்த த்வத்ரூபம் ஸகல - மருணாபம் த்ரிநயநம் குசாப்யா - மாநம்ரம் - குடில - ஸஸி - சூடால - மகுடம்.

30. வீடுவாங்க வேண்டுமா?

வாஸ்து குறை நிவர்த்திக்கு:

''திசை மாறி வீடு கட்டி விட்டோமே! வீட்டில் வாஸ்து சரியில்லையே!'' என நினைப்பவர்கள் தாம்பரம் அருகில் மாடம்பாக்கம் தேனுபுரீஸ்வரர் கோயிலுக்குச் சென்று வரலாம்.

சிவன் சந்நிதிக்கு நேர் எதிரே நந்தி தேவரின் மேல் சுவரில் உள்ள அஷ்டதிக் பாலகர்களை (எண் திசைக் காவலர்கள்) வணங்கி வந்தால் குறைகள் தீரும்.

நிலப்பிரச்சனை, வாஸ்து குறைபாடு உள்ளவர்கள் தங்கள் நிலத்திலிருந்து சிறிது மண் எடுத்துச் செல்ல வேண்டும். திருச்சுழி பூமிநாதர் கோயில் வளாக மண்ணையும் சேர்த்து பூமிநாதர் சந்நிதியில் வைத்து பூஜிக்க வேண்டும். பூஜித்த மண்ணை பிரச்னை உள்ள இடத்தில் இட்டால் விரைவில் தீர்வு கிடைக்கும்.

(மதுரை- அருப்புக்கோட்டையில் இருந்து 10 கி.மீ திருச்சுழி பஸ் ஸ்டாப்.)

வீடு, நிலம் வாங்கத் தீர்மானித்தால் முதலில் மாமல்லபுரம் தலசயனப் பெருமாள் கோயில் நிலமங்கைத் தாயாரை வணங்கி வரலாம்.

வாரிசு இல்லாதவர் வீட்டில் வாழை மரங்கள் வளர்த்தால் வம்ச விருத்தி ஏற்படும். புதுமனைக்குச் செல்பவர்கள் வலம்புரிச் சங்கு ஒன்றை பூஜை அறையில் வைக்கலாம். வாஸ்து குறைகள் நீங்கும். குடும்பத்தில் மன அமைதி நிலவும்.

31. எங்கும் இருப்பான்!

எல்லா பொருட்கள் உள்ளேயும் நான் இருக்கிறேன்! என்பதை உணர்த்தவே பகவான் நரசிம்ம அவதாரம் எடுத்தார்.

'அடித்த கை பிடித்த பெருமாள்' என்றொரு பெயரும் நரசிம்மருக்கு உண்டு. அதாவது பக்தர்கள் உரிமையோடு அடித்துக் கேட்ட மறுவினாடியே உதவுபவன் என்று பொருள்.

நரசிம்மரிடம் பிரகலாதன் போல நாம் பக்தி கொண்டிருக்க வேண்டும். அத்தகைய பக்தி இருந்தால் 'அதைக் கொடு, இதைக் கொடு' என்று கேட்க வேண்டியது இல்லை.

நரசிம்மர் கோயில் கொண்ட தலங்களுள் சில முக்கியமான இடத்தை வகிக்கிறது.

(ஆந்திரா) அகோபிலமடம் - நரசிம்ம அவதாரம் நிகழ்ந்த தலம். நரசிம்ம அவதாரத்தைத் தரிசிக்க விரும்புவதாகக் கருடன் கேட்க, பகவான் அகோபிலத்தில் 9 நரசிம்ம வடிவங்களில் கருடனுக்குக் காட்சி அளித்தார்.

சோளிங்கர் - யோக நரசிம்மர், யோக ஆஞ்சநேயர். தீராத உடல் நோய், மனநலம் குன்றியவர், பேய் பிசாசு பிடித்த பெண்கள் முதலியோர் இங்கு வந்து தங்கி வழிபட்டால் நோய் நீங்கி ஆரோக்கியமாகத் திரும்பி வரலாம்.

சிங்கப்பெருமாள் கோயில் - திருமணம், நோய் தீர, தொழிலில் மேன்மை பெற, வேலை கிடைக்க, ஐந்து

ஞாயிற்றுக்கிழமை பெருமாளை ஐந்து முறை சுற்று வலம் வந்து நரசிம்மரின் மூன்றாவது கண்ணை வழிபட்டால் குறைகள் தீரும்.

(‘பக்திக்கு மிஞ்சிய பரிகாரம் இல்லை’ என்ற முழு நம்பிக்கையுடன் தன்னை நம்பிச் சரணடைந்தவர் யாராக இருந்தாலும் படைத்தவர் அவர். அவரது படத்தை பூஜை அறையில் வைக்கலாம்.

நரசிம்ம பிரபத்தி:

நரசிம்மரே தாய்! நரசிம்மரே தந்தை! சகோதரனும் நரசிம்மரே! தோழனும் நரசிம்மரே! அறிவும் நரசிம்மரே! செல்வமும் நரசிம்மரே! இவ்வுலகத்திலும் நரசிம்மரே! அவ்வுலகத்திலும் நரசிம்மரே! எங்கெங்கு செல்கிறாயோ, அங்கெல்லாம் நரசிம்மரே! நரசிம்மரைக் காட்டிலும் உயர்ந்தவர் எவரும் இல்லை. அதனால் நரசிம்மரே! உம்மைச் சரணடைகிறேன்!

தினமும் நீராடிய பின் இந்தச் சுலோகத்தை 3, 12, 24, 48 என அவரவர் வசதிக்கேற்ப பாராயணம் செய்யலாம். எண்ணிய செயல் 48 நாட்களுக்குள் கை கூடிய பின் நெய் தீபம் ஏற்றி, துளசி மாலை சாற்றி வழிபட வேண்டும்.

சுலோகத்தைச் சொல்ல முடியாதவர்கள், நரசிம்மரை மானசீகமாக மனதில் நினைத்து,

‘ஓம் ஸ்ரீ நரசிம்மாய நம’

என்று சொல்லி ஒரு பூவைப் போட்டு வழிபட்டாலே பூரண பலன் கிடைக்கும்.

32. சனி லோகத்திற்கே சென்றவர்

நூற்றாண்டு காலம் வாழ்க!

நோய் நொடி இல்லாது வாழ்க!

என்ற கவியரசு கண்ணதாசனின் வைர வரிகளுக்கு ஏற்ப நம் வாழ்க்கை அமைய வேண்டுமானால், நமக்கு சனீஸ்வரன் அருளும் ஒத்துழைப்பும் தேவை. எனவே அந்தச் சனிபகவானை வழிபட்டால் சந்தோஷம் கிடைக்கும். சகல பாக்கியங்களும் கிடைக்கும். சாதனை படைக்கலாம்.

சனியைப் போல் கெடுப்பவரும் இல்லை

சனியைப் போல் கொடுப்பவரும் இல்லை

ஒரு சமயம் சனி பகவான் ரோகிணி நட்சத்திரத்தைக் கடக்க இருந்தார். இதனால் தேசத்துக்கு ஆபத்து என தசரத மகாராஜாவிடம் முறையிட்டனர் மக்கள்.

''என் தேசத்துக்கு ஒரு கிரகத்தால் ஆபத்தா? அதைத் தடுத்து, என் மக்களைக் காப்பாற்ற அதற்காக என்ன விலையும் கொடுப்பேன்?'' என்று ஆர்த்தெழுந் தார். தசரதர் சனியின் லோகத்திற்கே சென்று விட்டார். அதிர்ந்து போனார் சனீஸ்வரன்.

''என்னைப் பார்த்தாலே எல்லோரும் ஓடும்

வேளையில், நீர் இங்கே வந்திருக்கிறீரே! யார் நீர்? எப்படி வந்தீர்?'' எனக்கேள்விகளை அடுக்கினார் சனீஸ்வரர்.

''சனீஸ்வரரே! உம்மீது எனக்கு எந்த விரோதமும் இல்லை. உம்முடைய கிரக சஞ்சாரத்தால் எமது தேசத்துக்கு ஆபத்து என்று கேள்வியுற்றேன். அதைத் தடுக்கவே, உம்மைத் தேடி வந்தேன்'' என்றார் தசரதர்.

சனீஸ்வரன் மகிழ்ந்து போனார். (சனிப்பெயர்ச்சி) ''தசரதரே! என் கிரக சஞ்சாரக் காலத்தில் எவரொருவர் பொதுநலன் கருதி பணி செய்கிறாரோ, பிறருக்கு நன்மை செய்கிறாரோ, கடமையைக் கருத்துடன் செய்கிறாரோ... அவர்களை நான் அண்டவே மாட்டேன். மக்கள் நலனுக்காக வந்த உம்தேசத்தை ஏதும் செய்ய மாட்டேன்'' என்றார்.

தசரதர் மகிழ்ந்தார். தனக்கு அருள் செய்த சனீஸ்வரரை நோக்கி சுலோகங்களால் அர்ச்சித்தார்.

'' கருநிறக்காகம் ஏறி காசினி தனைக் காக்கும்'' என்று தொடங்கும் சனி கவசத்தைப் பாடி தசரதர் வழியைப் பின்பற்றுவோம்.

தினமும் காலையில் கருப்பு எள் கலந்த சாதத்தை காகத்திற்கு வைக்கலாம். சனீஸ்வரர் சந்நிதியில் நல்லெண்ணெய் தீபம் ஏற்றி வழிபடலாம். திருநள்ளாறு பரிகார ஸ்தலம்.

எள்ளினில் பிரியம் வைப்பான்!

சொல்லினில் பிரியம் வைப்பான்!

சஞ்சலங்கள் அகல சனீஸ்வரரை வழிபட்டு
ஏழரைச் சனியிலிருந்து விடுபடுவோம்!

பொது நலன் கருதுவோம்!

கடமையைச் செய்வோம்!

ஏழரைச் சனியை வெல்வோம்!

33. சொர்க்கம் வேண்டுமா?

காயத்ரிக்கு நிகரான மந்திரமில்லை

தாய்க்குச் சமமான தெய்வமில்லை

காசிக்கு மிஞ்சிய தீர்த்தமில்லை

ஏகாதசிக்கு ஈடான விரதமில்லை

என்பது ஆன்றோர் வாக்கு. இதில் இருந்தே ஏகாதசி விரதத்தின் மகிமையை அறிந்து கொள்ளலாம்.

வருடம் முழுவதும் ஏகாதசி விரதம் கடைப்பிடிக்க இயலாதவர்கள், மார்கழி மாதத்தில் வரும் வைகுண்ட ஏகாதசியில் மட்டுமாவது விரதம் மேற்கொள்வது சிறப்பு. மூன்று கோடி ஏகாதசிகளில் விரதம் இருந்து பலனைத் தரக் கூடியது வைகுண்ட ஏகாதசி என்பதால் அதற்கு முக்கோடி ஏகாதசி என்ற பெயரும் உண்டு.

ஏகாதசி விரதமிருந்து வழிபடுவோர் பிறவித் துயர் நீங்கி வைகுண்ட பதவி அடைவர் என்பது நம்பிக்கை.

வைகுண்ட ஏகாதசி பிறந்த கதை:

வைகானசன் என்ற அரசன் தனது மூதாதையர் நரகத்தில் அவதிப்படுவதையும், அவர்கள் அதில் இருந்து தங்களைக் காக்குமாறு வேண்டுவதையும் கனவாகக் கண்டான். இதையடுத்து அவன் முனிபுங்கர் என்ற முனிவரை அணுகி கனவில் வந்ததைக் கூறினார்.

அதன்படி, வைகானசன் ஏகாதசி விரதம் இருந்து, அந்த நரகத்தில் துன்புறும் தனது மூதாதையர்களுக்கு தர்ப்பணம் செய்தான். நகரத்தில் அவதிப்பட்ட அவனது மூதாதையர், அங்கிருந்தவாறே வைகானசனை வாழ்த்தி விட்டு சொர்க்கலோகம் புகுந்தனர். அப்போதுமுதல் வைகானசன் ஏகாதசி விரதத்தை மேற்கொள்ள ஆரம்பித்தான். இப்படித்தான் ஏகாதசி விரதம் உருவானது என்று புராணங்கள் கூறுகின்றன.

ஏகாதசி அன்று விரதம் இருக்கும் முறை:

ஏகாதசி அன்று அதிகாலையில் எழுந்து நீராடி, விரதத்திற்குத் தயாராக வேண்டும்.

பெருமாள் கோயிலுக்குச் சென்று சொர்க்க வாசல் என்கின்ற பரமபதவாசல் வழியாகச் சென்று பெருமாளைச் சேவிக்க வேண்டும்.

அன்றைய தினம் துளசி இலைகளைப் பறிக்கக் கூடாது. அதனால், அதை முதல் நாளே பறித்து தயார் நிலையில் வைத்திருக்க வேண்டும்.

அன்றைய தினம் முழுவதும் துளசி தீர்த்தம் மட்டும் அருந்தி விரதம் இருப்பது நல்லது. முடியாதவர்கள் பழங்களை நிவேதனம் செய்து உண்ணலாம்.

எக்காரணம் கொண்டும் பகலில் தூங்கக் கூடாது. இரவில் பஜனைப் பாடல்களில் கலந்து கொள்வது நல்லது. இது முடியாவிட்டால் சகஸ்ரநாமம் முதலிய நூல்களைப் படிக்கலாம்.

34. ஒரே ஒரு சுலோகம்...

இராமாயணத்தில் மிகச் சிறந்தது சுந்தர காண்டம். சுந்தர காண்டத்தின் நாயகர் ஆஞ்சநேயர். எனவே வால்மீகி முதலில் 'ஆஞ்சநேய காண்டம்' என்றுதான் தலைப்புக் கொடுத்தார். ஆனால் ஆஞ்சநேயர் 'நான் ராமதாசன். ஆகையால் என் பெயர் வைக்க வேண்டாம்' என்று கேட்டுக் கொண்டார். ஆஞ்சநேயர் விருப்பப்படி 'சுந்தர காண்டம்' என்று பெயரிட்டார்.

ஆஞ்சநேயரின் இயற்பெயர் 'சுந்தரம்' ;அவருக்கே பின்னர்தான் விவரம் தெரிந்தது.

சுந்தர காண்டம் படித்தால் நினைத்தது நடக்கும். தீராத வியாதிகள் தீரும். திருமணம் கைகூடும், தனலாபம் உண்டாகும்.

சுந்தர காண்டம் மிகவும் வலிமையானது. அதை வாசிப்பவர்களுக்கும் வலிமை தரக்கூடியது.

சுந்தர காண்டத்தை நாம் எந்த அளவுக்கு ஆத்மார்த்தமாகப் படிக்கிறோமோ அந்த அளவுக்கு பகவானை நெருங்குகிறோம் என்று அர்த்தம்.

சுந்தர காண்டத்தை மனம் உருகிப் படித்தால் பாவம் தீரும். முடியாத செயல்கள் முடிந்துவிடும்.

ஒரு பெண் கருத்தரித்த நாள் முதல் 9 மாதம் வரை நாள் தவறாமல் சுந்தர காண்டம் படித்து வந்தால் ஆண் குழந்தை பிறக்கும் என்பது ஐதீகம்.

பெண்கள் மாதவிலக்கு நாட்களில் சுந்தர காண்டம் படிக்கக் கூடாது. சுந்தரகாண்டம் புத்தகத்தின் பதினோரு பிரதிகள் வாங்கி பதினோரு பேருக்கு படிக்கக் கொடுத்தால் யாகம் செய்ததற்கான பலன்கள் கிடைக்கும்.

ஓரே சுலோகத்தில் சுந்தர காண்டம்:

யஸ்ய ஸ்ரீஹனுமான் அனுக்ரஹ

பலாத் தீர்ணாம்பதிர் லீலயா லங்கரம்

ப்ராப்ய நிசாம்ய ராமதயிதாம்

பங்க்த்வா வனம் ராக்ஷஸான்

அக்ஷதீன் விநிஹத்ய வீஷய தசகம்

ங்த்வா பூரீம் தாம் புள

தீரணாபதி கபிபிர்யுதோ யமனமத்தம்

ராமசந்த்ரம் பஜே.

இதைத் தினமும் காலையிலும் மாலையிலும் கூறிவந்தால் சுந்தர காண்டத்தை முழுவதுமாகப் பாராயணம் (சொல்வது) செய்ததற்கு ஈடாகும். இந்தச் சுலோகத்தை எழுதி பூஜை அறையில் வைத்து காலை, மாலை படித்து வந்தால் சில நாட்களில் மனதில் பதிந்து விடும். பின்னர் பாராமலே எளிதில் சொல்லாம்.

ஜெய் ஸ்ரீராம்!

35. எப்போது நிறுத்துவாய்?

ஆஞ்சநேயரைத் தரிசித்து வந்தால் கஷ்டங்கள் அண்டாது. ஏழரைச்சனி இருப்பவர்கள் அனுமன் பாதத்தைப் பிடித்து வணங்கினால் சனியின் தாக்கம் குறையும்.

ஆஞ்சநேயரை வழிபட்டால் சனி பகவான் உங்கள் பக்கத்தில் வர யோசிப்பார். அது ஏன் தெரியுமா?

ஆஞ்சனேயர் தினமும் தோட்டத்தில் மலர்ந்த பூக்களைப் பறித்து ராமரை வழிபட்டு ராம நாம பாடல்களைத் தன்னை மறந்துபாடிக் கொண்டிருப்பது வழக்கம்.

ஒரு நாள் அனுமன் தன்னைப் பிடிக்க சனீஸ்வரர் வாசலில் காத்துக் கொண்டிருப்பதைத் தெரிந்து கொண்டார். ‘சனி பகவான் அவர் கடமையைச் செய்ய வந்துள்ளார். செய்யட்டும் நான் எனது கடமையைச் செய்கிறேன்’ என்று இராம தியானத்தில் இருந்தார்.

மாளிகையை விட்டு வெளியில் செல்லும்போது தனது வாலின் நுனியை மட்டும் நீட்டினார். வாலைக் கண்டதும் வாலில் ஏறி அமர்ந்து இறுக்கிப் பிடித்தார் சனிபகவான். சனி பகவானை விரட்டுவது எப்படி? என சிறிது நேரம் யோசித்தார் ஆஞ்சநேயர்.

துள்ளிக் குதித்துக் கொண்டே ராமர் வழிபாட்டுப் பாடல்கள் பாடி ராமரை வழிபடவேண்டும் என முடிவு செய்தார். அதன்படியே ஆஞ்சநேயர் குதிக்கத் தொடங்கினார்.

வாலின் நுனியில் இருந்த சனிபகவானுக்கு உடல் வலி எடுத்தது. உடல்வலி அதிகமாகவே ஆஞ்சநேயரிடம் ‘எப்போது குதிப்பதை நிறுத்துவாய்?’ என்று கேட்டார்.

இதைக் கேட்டதும், ‘சனி பகவானே... ஏழரை வருடத்திற்கு துள்ளிக் குதித்துக் கொண்டே தான் இருப்பேன் என்றார். சனி பகவான் பயந்துபோனார்.

‘ஏழரை ஆண்டு குதித்துக் கொண்டு இருந்தால் நம் உடல் தாங்காது’. என யோசித்த சனிபகவான், ஆஞ்சநேயரை விட்டுவிலகிவிட முடிவு செய்தார்.

ஆஞ்சநேயரும் மிகவும் மகிழ்ந்து சனி பகவானிடம் வேண்டுகோள் வைத்தார்.

‘சனீஸ்வா... என்னை விட்டு விலகியது போல் ஏழரை ஆண்டு சனி பிடிக்கும்போது உன்னிடமிருந்து விலக வேண்டும் என நினைத்து என்னை வழிபடும் என் பக்தர்களுக்கு எந்த தொந்தரவையும், சங்கடத்தையும் நீ கொடுக்கக் கூடாது’ என்று கேட்டுக் கொண்டார். சனிபகவானும் சம்மதித்தார்.

எனவே ஏழரை சனி அஷ்டம சனியின்போது நமது துயரங்கள் விலக ஆஞ்சநேயரை வழிபட்டால் சனி பகவானின் பாதிப்புகளில் இருந்து எளிதில் விடை பெறுவதற்கு ஆஞ்சநேயர் துணை புரிவார். அனுமன் பாதங்களை மானசீகமாகத் தொட்டு வணங்கினால் சனியின் தாக்கம் குறையும். கண் மூடி தியானித்து ‘ராம் ராம்’ என்று சொன்னாலே போதும்! அனுமானுக்கு இதைவிடப் பிரியமானது எதுவும் இல்லை.

ஜெய் ஸ்ரீராம்!

36. கருட தரிசனம் கிடைக்க

கருடனை வணங்கினால் பகவானை வணங்கிய பலன் உண்டு. ஒவ்வொரு வைணவக் கோயில்களிலும் கருட பகவான் தனிச்சந்நிதியில் அமர்ந்து தரிசனம் அளிக்கிறார். மகாவிஷ்ணுவின் வாகனமான கருடாழ்வாரை முதலில் வணங்கி அவர் அருளைப் பெற்ற பிறகு தான் மூலமூர்த்திகளை வணங்க வேண்டும்.

கருட பஞ்சமி அன்று கௌரி அம்மனை நாகவடிவில் ஆராதிக்க வேண்டும். இந்த நோன்பு உடன் பிறந்த சகோதரர்களின் நலத்தையும் வளத்தையும் கோரும் நோன்பாகும். ஆதலால் அவர்களை வீட்டிற்கு அழைத்து உணவளித்து பணம் அல்லது ஆடைகளுடன் தாம்பூலம் கொடுக்கலாம்.

பெரியவர்களாக இருந்தால் அவர்களை நமஸ்கரித்து ஆசிபெற வேண்டும். சிறியவர்களாக இருந்தால் ஆசீர்வாதம் செய்ய வேண்டும். ஆழ்ந்த பக்தியுடன் கருடனை வழிபட்டால் மாங்கல்ய பாக்யம் கிடைக்கும். மகப்பேறு கிடைக்கும். நாக தோஷங்கள் விலகும். வழிபாட்டின் முடிவில் கருட தரிசனம் கிடைப்பது உறுதியாகும்.

ஓம் க்ஷிப ஸ்வாஹா

மகா கருடாய நம

குங்குமாங்கிய வர்ணாய

குத்தேந்து தவளாய ஸ

விஷ்ணுவாஹன நமஸ்துப்யம்

க்ஷேமம் குரு சதா தம் மம

மேற்கண்ட சுலோகத்தைக் கூறி முதலில் கருடாழ்வாரைத் தரிசித்துவிட்டு பின்னரே மூலவரைத் தரிசிப்பது நல்லது.

பாராயணம் செய்ய செய்யச் சில நாட்களில் சுலோகம் மனதில் பதிந்துவிடும்.

37. எனக்குப் பிடித்த பிரார்த்தனை

கடவுளிடம் மனிதர்களின் பிரார்த்தனை பலவிதமாக இருக்கும். என்னைக் காப்பாற்று. என் மகனைக் காப்பாற்று. எனக்கு இதைக் கொடு. அருள் கொடு. பணக்காரனாக்கு. நோயிலிருந்து காப்பாற்று எனப் பலர் பலவிதமாக பிரார்த்தனை செய்வார்கள். ஆனால் வங்க தேசக் கவிஞர் இரவீந்த்ரநாத் தாகூரின் பிரார்த்தனையை பாருங்கள்...

* இறைவா, அபாயங்களிலிருந்துஎன்னைப் பாதுகாக்கும் படி உன்னிடம் நான் பிரார்த்திக்க மாட்டேன். ஆனால் அபாயங்களை எதிர்நோக்கும் பயமற்ற தன்மையை எனக்குக் கொடு.

* என் வேதனைகளையும், வலிகளையும் மறக்கும்படி செய் என்று உன்னைக் கெஞ்ச மாட்டேன். ஆனால், அவற்றை வெல்லும் இதயத்தை எனக்குக் கொடு.

* வாழ்க்கைப் போராட்டத்தில் நான் துணைவர்களை நாடி நிற்க வேண்டாம். எனது சொந்த பலத்திலேயே போராட அருள் புரிவாயாக!

* பொறுமை இல்லாத பயத்தில் என்னைப் பதறவிடாதே. ஆனால், என்னுடைய சுதந்திரத்தைக் காக்கத் தேவையான பொறுமையைக் கொடு.

* வெற்றியை மட்டும் உன்னிடம் யாசித்துப் பெறும் கோழையாக என்னை ஆக்கிவிடாதே! என்னுடைய தோல்விகளையும் உன்னுடைய அருளால் வெற்றி வாய்ப்பாக மாற்றி அருள் புரிவாயாக!

என்னுடைய பிரார்த்தனை:

* கடவுளே! எவ்வளவு கஷ்டங்களை வேண்டுமானாலும் கொடு. அதைத் தாங்கிக் கொள்ளும் சக்தியைக் கொடு.

* எல்லாம் நீயே! உன் விருப்பம் போல் செய்.

அனைவருடைய பிரார்த்தனையும் இம்மாதிரியாக இருக்கலாமே!

38. கிரிவலம் போவோமா!

திருவாரூரில் பிறந்தால் முக்தி;

காசியில் இறந்தால் முக்தி;

தில்லையை தரிசித்தால் முக்தி.

திருவண்ணாமலையை நினைத்தாலே முக்தி.

திருவண்ணாமலை - நினைத்த மாத்திரத்தில் முக்தி தர வல்ல திருத்தலம். இங்குள்ள மலை சிவனின் வடிவமாக இருப்பதால் அந்தக் 'கிரி'யை வலம் வரும் 'கிரிவலம்' இங்கு புகழ் பெற்றது.

அருணாசலத்தை வலம் வரவேண்டும் என்ற நினைவோடு ஓரடி எடுத்து வைப்பவர்க்கு யாகம் செய்த பலன் கிடைக்கும். இந்தப் பூமியைப் பிரதட்சணம் செய்த பலனும் கிடைக்கும். சர்வதீர்த்தங்களில் நீராடிய பலன் வந்து சேரும். பாவங்கள் நீங்கி நற்பலன் கிடைக்கும்.

பௌர்ணமி அன்று சந்திரன் தனது பதினாறு கலைகளுடன் பரிபூரணமாகப் பிரகாசிக்கும். அதன் குளிர்ந்த கிரணங்கள் நமது தேகத்தை ஊடுருவும். நம்முடைய உடலும், உள்ளமும், ஆன்மாவும் கிரணங்களால் கழுவப்பட்ட தூய்மை அடையும்.

கிரிவலம் துவங்குவோர் பௌர்ணமி அன்று இரவு ஒன்பது மணிக்கு மேல் நிலவொளியில் வலம் வருவது உடலுக்கு நல்லது.

திருவண்ணாமலை தீபத்தைப் பார்ப்பவர்களுக்கு இருபத்தொரு தலைமுறைக்கு புண்ணியம் கிடைக்கிறது என்கிறது அருணாசல புராணம்.

திருவண்ணாமலை என்கிற பெயரை ஒருமுறை உச்சரித்தாலே தனது ஐந்தெழுத்து மந்திரமாகிய ‘நமசிவாய’ என்பதை 3 கோடி முறை உச்சரித்த பலன் கிட்டும் என்று சிவபெருமானே கூறி இருக்கிறார்.

நினைத்தாலே முக்தி தரும் அண்ணாமலையில் நடந்தால் கிடைப்பது எவ்வளவோ! மலையைச் சுற்றும் போது நம் உடலில்படும் மூலிகைக் காற்று நம் தேகத்தில் உள்ள தீராத நோயையும் தீர்த்து விடும்.

பௌர்ணமி அன்று சந்திரனின் கிரணங்கள் தேகத்தில் நேரடியாகப் பாயும். இதன் சக்தி கர்ம வினைகளைத் தீர்ப்பதோடு பில்லி, சூன்யம் போன்றவற்றில் இருந்தும் நம்மை காக்கிறது.

மனிதராய்ப் பிறந்தவர்கள் தங்கள் கண்பார்வை குறையும் முன் கால்கள் பலம் இழக்கும் முன் அருணகிரியை வலம் வந்துவிட வேண்டும்.

பகவான் ரமணர் கிரிப்பிரதட்சண மகிமையை உணர்ந்தவர். அவர் பிரதட்சணம் செய்யும் பொழுது சித்தர்கள் கிரிவலம் வருவதைக் கண்டு இருக்கிறார். பிரதட்சணத்தின்போது சப்த கன்னிகையர் அவரைத் தொடர்ந்து வந்து அன்னம் அளித்ததை அவரது அன்பர்கள் பலரும் அறிவர்.

கிரிவலம் தீ போன்றது. தீ தன்னைத் தொட்டவரை சுடுவது போன்று பிரதட்சணம் செய்கிறவர் நம்பிக்கை கொண்டிருந்தாலும் இல்லை என்றாலும் கிரிவலம் பயனைத்தரும் எனச் சொல்வார் ரமணர்.

இத்தகைய சிறப்பு வாய்ந்த திருவண்ணாமலையை நாமும் 'நமசிவாய' என்று சொல்லி வலம் வருவோமா?

திருவண்ணாமலை செல்வோம்!

திருவருள் பெறுவோம்!!

39. எளிய பரிகாரங்கள்

இறைவனிடம் நம் வேண்டுதல்களை முன் வைப்போம். வேண்டுதல் நிறைவேறியவுடன் நேர்த்திக் கடன்களைச் செலுத்துவோம்.

அதற்கு முன்பே நாம் விரும்பியதை இறைவனுக்குச் செய்யலாமே!

ஆலயத்துக்கு விளக்குகள் சமர்ப்பித்தால் மிகவும் புண்ணியம். சாதாரணமாக, பித்தளைக் குட்டி விளக்குகளை தாம்பூலத்திலும் வைத்து சுமங்கலிப் பெண்களுக்கும் கொடுக்கலாம்.

இரண்டு பித்தளை குத்துவிளக்குகளை வாங்கி, நிறைய பூ சாற்றவும். மஞ்சள், குங்குமம் இடவும். நிறைய நெய் அல்லது நல்லெண்ணெய் விட்டு, பஞ்சுத் திரிகளை இட்டு, ஐந்து முகங்களையும் ஏற்றி ஏதேனும் ஓர் ஆலயத்தில், சந்நிதியில் கொண்டு சமர்ப்பித்து அர்ச்சனை செய்தால் கண்டிப்பாகப் பலன் கிடைக்கும்.

முக்கியமாகக் கன்னிப் பெண்களுக்கு உடனே திருமணம் நடைபெறும். புத்திரபாக்கியம், சொந்த வீடு என எல்லா விருப்பமும் நிறைவேறும்.

கார்த்திகை மாத வெள்ளிக்கிழமைகளில் சமர்ப்பித்தால், கூடுதல் விசேஷம். வினைகள் அகன்று, விருப்பம் நிறைவேறும்.

வீடுகட்டிய பிறகு வாஸ்து குற்றம் இருப்பதாக அறிந்தால் பௌர்ணமி அன்று இந்தப் பரிகாரத்தைச் செய்யலாம்.

தலைவாசலின் அளவு அறிந்து அந்த அளவிற்கு அருகம்புல் மாலையை பூ விற்பவர்களிடம் பேரம் பேசாமல் கேட்டு வாங்கி நிலைவாசலில் மாட்ட வேண்டும். அதேபோல் மகாலட்சுமி வீட்டில் குடியிருக்க வெற்றிலை மாலை சூட்டலாம். இரண்டு மாலைகளையும் மறுநாள் காலையில் கழற்றி நீரில் மூழ்கும்படி வைக்கவம். சிறிது நேரம் கழித்து மாலைகளை எடுத்துவிட்டு அந்தத் தண்ணீரை வீட்டின் அனைத்து இடங்களிலும் வெளிப்புறத்திலும் தெளித்து விடவும்.

மாலைகளை ஒரு வெள்ளைத் துணியில் (சலவை செய்யப்பட்ட) முடிந்து கண்மாய் அல்லது ஆற்றில் போட்டு விடவும். 90 வது நாள் வரை மகாலட்சுமி அந்த வீட்டில் குடியிருப்பாள். கஷ்ட ஜீவனம் மறைந்துவிடும்.

'கடன்பட்ட நெஞ்சம்போல் கலங்கினான் இலங்கை வேந்தன்' என்று கடன்பட்டவர்களின் மன வேதனை நீங்க, மூன்று பௌர்ணமி நாட்களில் தொடர்ந்து

அவரவர் குல தெய்வங்களை வழிபட்டு வந்தால் கடன் தொல்லை படிப்படியாகக் குறையும். கடனை அடைத்து விடலாம்.

குலதெய்வம் தூரத்தில் இருந்தால், வீட்டிலேயே படத்தை வைத்து குல தெய்வம் உள்ள ஊர் திசையை நோக்கி ஐந்துமுக நெய்விளக்கு ஏற்றி, 9 பௌர்ணமி நாட்கள் தொடர்ச்சியாக வழிபட்டு வந்தால் கடன்சுமை குறையும். 90 நாட்களுக்குள் கடனை அடைத்து விடலாம். உங்களுக்கு வரவேண்டிய பாக்கி இருந்தாலும் வசூலாகிவிடும்.

இறைவனை முழுமையாகச் சரண் அடைவதன் மூலம் விதியையே மாற்றலாம். தாங்க முடியாத துன்பம் ஏற்படுவது முன்வினைப் பயனால்தான். கடவுள் வழிபாடு மட்டுமே துன்பத்தைத் தாங்கும் பக்குவத்தை ஏற்படுத்தும் - வாரியார்.

பரிகாரம் செய்வோம்!

பலன் பெறுவோம்!!

40. விரதங்களுள் சிறந்த விரதம்

விரதத்திற்கு எல்லாம் பெரிய விரதம் ஐயப்ப விரதம். எல்லா விரதங்களும் மவுனமாக இருக்கவும், பட்டினியருக்கவும், கண் விழிக்கவும், தெய்வ வழிபாடு செய்யவும் தான் வலியுறுத்தும்.

ஆனால் ஐம்புலன்களை அடக்கி அதன் வழி இறை உணர்வைக் காட்டும் ஒரே விரதம் சபரிமலை ஐயப்ப விரதம்.

விரதத்தின் அம்சம் ‘நான்’ என்ற அகங்காரம் தீய புத்தி,எல்லாம் எனக்கே என்ற சுயநலம் என்பன சிறிதளவும் காண முடியாத உயர்ந்த சிறந்த விரதம்.

இவ்விரதம் இருப்பவர்கள் எல்லாருமே எதிரில் ஒரு அய்யப்ப பக்தரைக் கண்டால் ‘சுவாமி சரணம்’ என்று ஒருவருக்கொருவர் சொல்லிக் கொள்வர். இதனால் ஜாதி, மத பேதம் ஏதுமின்றி சரிநிகர் சமமாய் ஒருமித்து போற்றக் கூடிய அயப்ப விரதம், விரதத்தில் எல்லாம் சிறந்த விரதம் என்று கூறலாம்.

அயப்ப அவதாரத்தில் 12 வயது பாலகனாக நடந்து வரும் அய்ப்பன் உயரமாக அமைந்திருக்கும் ஞானபீடத்தில் ஏறி அமரக்கூடாது என்று 18 தேவதைகள் தரையிலிருந்து பீடம்வரை படிக்கட்டுகள் போல வரிசையாக படுத்துக் கொண்டனர். ஐயன் பதினெட்டு படிகளாகப் படுத்துள்ள அந்தத் தேவதைகள் மீது பாதம் வைத்து ஞான பீடத்தில் அமர்ந்து தேவர்களின் பூஜையை ஏற்றுக் கொண்டார். பதினெட்டு படிகளும் இன்று கம்பீரமாகக் காட்சி அளிக்கின்றன.

ஐயப்பனின் யாத்திரிரையில் இருமுடி கட்டி யாத்திரை தொடங்கிச் சென்று பதினெட்டு படிகள் ஏறுதல் என்பது தான் முக்கியச் சடங்காகும். இருமுடி இல்லாமல் 18 படி ஏறக்கூடாது.

விரதமுறைகளில் சில:

* குருசாமி அல்லது பெற்றோர் மூலம் மாலை அணியலாம்.

* குளிப்பதற்கு சோப்பு கூடாது.

* பகலில் தூங்கக் கூடாது.

* ஒரு மண்டல காலம் விரதம் இருக்க வேண்டும்.

* சூரிய உதயத்திற்கு முன் குளிர்ந்த நீரில் நீராடி அய்யப்பனை 108 சரணம் கூறி பூஜை செய்ய வேண்டும். மாலையில் சூரியன் மறைந்தபின் நீராடி சரணம் கூறி பூஜை செய்ய வேண்டும்.

* சைவ உணவு மட்டும் உண்ண வேண்டும்.

* எல்லாரிடமும் சாந்தமாகப் பழக வேண்டும்.

* பக்தர்கள் நடத்தும் அய்யப்ப பூஜை, பஜனைகளில் கலந்துகொள்ள வேண்டும்.

அதாவது மனிதன் இறைவனைச் சரணடைந்தால் அவனுடன் கலந்து விடலாம் என்பதை அய்யப்பனின் சின்முத்திரை குறிக்கிறது. ஐயப்பன் அமர்ந்து இருப்பது போன்ற இந்த ஆசனத்தைச் சாதாரண மனிதர்கள் செய்வது கடினம்.

அய்யப்ப பக்தர் பயணம் தொடங்கிய நாள் முதல் வீடு திரும்பும்வரை வாசலில் விளக்கு ஏற்ற வேண்டும். அந்த விளக்குகளின் ஒளி பக்தருக்கு வழிகாட்டியாக அமைந்து பயணம் இனிது முடியும்.

இருமுடி கட்டும் சரணங்கள்:

எல்லாச் சரணங்களையும் கூறலாம். என்றாலும் கூடியுள்ளவர்கள் அனைவரும் கூற வேண்டியது.

சுவாமி சரணம் ஐயப்பா

பள்ளிக்கட்டு சபரிமலைக்கு

யாருடைய கட்டு, சாமியுடைய கட்டு

எப்போ பயணம், இப்போ பயணம்

பகவானே, பகவதியே - பகவதியே பகவானே

ஈஸ்வரனே, ஈஸ்வரியே - ஈஸ்வரியே ஈஸ்வரனே

சுவாமியே ஐய்யப்பா

ஐயப்பன் தரிசனம் முடிந்து வீட்டுக்கு வந்ததும் வாாசலில் சிதறு தேங்காய் உடைக்க வேண்டும். பின்னர் பூஜை முடித்தவுடன் பெற்றோர் அல்லது வீட்டிலுள்ள பெரியவர்கள் மூலம் மாலையைக் கழற்ற வேண்டும். இருமுடியில் உள்ள அரிசியை சர்க்கரை பொங்கல் செய்து உற்றார் உறவினர்களுக்கு அளித்து யாத்திரையை நிறைவு செய்து கொள்ள வேண்டும்.

ஐயன் பெயர் சொல்வோம்!

அனைத்து வளமும் பெறுவோம்!

41. விரதம் அவசியமா!

மனித வாழ்வில் ஏற்படும் இடர்களையும் துன்பங்களையும் போக்கிட இறைவனின் திருவடியைத் தவிர வேறு சரணாகதி எதுவும் இல்லை. இறையருள் கிட்டவும், ஆத்ம பலத்தைப் பெருக்கவும் விரதங்கள் உறுதுணையாய் இருக்கின்றன.

விரதங்களினால் ஆன்மா உறுதியாகிறது. மனம் சுத்தமடைகிறது. உடல் ஆரோக்கியம் சுத்தம் பெறுகிறது. தீராத நோய்களையும் நீக்குகிறது. நோய்களை அண்ட விடாமலும் செய்கிறது. இது விஞ்ஞான பூர்வமான உண்மை.

இன்றைய காலகட்டத்தில் எத்தனையோ நவீன மாற்றங்கள் வந்துவிட்டபோதிலும் இறைவழிபாடும்,

விரதங்கள் அனுஷ்டிப்பதும் பல மடங்காக மக்களிடையே பெருகுகிறதே தவிர குறையவில்லை.

விரதம் இருப்பவர் விடியலில் எழுந்து நீராட வேண்டும். குளிக்கும்போது கங்கை, யமுனை,கோதாவரி புண்ணிய நதிகளை நினைத்துக் கொண்டு கீழ்க்காணும் மந்திரங்களைச் சொல்ல வேண்டும்.

" கங்கே சயமுனே சைவ

கோதாவரி ஸரஸ்வதி

நர்மதே சிந்து காவேரி, ஜலேஸ்மின்

ஸன்னிதம் குரு"

(நர்மதை, சிந்து, காவேரி, கோதாவரி, சரஸ்வதி, யமுனை, கங்கை ஆகிய புண்ணிய நதிகள் இந்த நீரில் வாசம் செய்யட்டும்).

புண்ணிய நதிகளில் நீராடிய பலனுடன் விரதத்தைத் துவங்கலாம்.

விரதம் இருப்பது ஏன்?

அலுவலரோ, இல்லத்தரசியோ, ஊழியரோ எவராக இருந்தாலும் வாரத்தில் ஒருநாள் விடுமுறை என்றால் அது மகிழ்ச்சி தரும் திருநாள். கிடைக்கும் ஓய்வின் மூலம் உடல், உளவியல் ரீதியான புத்துணர்ச்சி கிடைக்கிறது. அந்தப் புத்துணர்ச்சி அடுத்து வரும் நாட்களில் வேலை செய்ய உற்சாகத்தை அளிக்கிறது.

இதே போல்தான் மனித இரைப்பையும் செயல்படுகிறது. இதில் கண்ட உணவுகளைத் திணிக்கின்றோம். சிலசமயம் தடங்கல் ஏற்பட்டு அஜீரணம், வாந்தி மற்றும் பல பாதிப்புகள் ஏற்படும்.

இதைத் தடுக்க விரதம் என்ற ஒன்றை ஏற்படுத்தி ஜீரண மண்டலம் தூய்மை பெறச் செய்தனர் நம் முன்னோர். இது அறிவுபூர்வமான ஏற்பாடு.

இதனைச் சாதாரணமாகக் கூறினால் பலர் ஏற்க மாட்டார்கள். இதனைத் தவிர்க்க கடவுள் பெயரால் பல விரதங்களை ஏற்படுத்தி இரைப்பைக்கு ஓய்வு அளிக்கிறார்கள். இது உடலுக்குக் கிடைக்கும் கட்டாய விடுமுறையாகும்.

விரதம் இருப்பதால் பலன்கள் பல கிடைக்கின்றன. பசியின் ருசி தெரிகிறது. நாவடக்கம், மனவலிமை கிடைக்கிறது. ஏழைகளின் வயிற்றுப்பசியை அறியவும் வாய்ப்புக் கிடைக்கிறது. ஜீரண மண்டலம் தூய்மை அடைந்து ஆரோக்கியமான உடல்நலம் பெற வழி ஏற்படுகிறது.

"பசித்த பின் புசி"

விரதம் இருப்போம் இறைவனுக்கு!

விடுதலை அளிப்போ நோய்களுக்கு!

42. நெற்றி நிறைய திருநீறு!

பசுவின் சாணத்தைக் காய வைத்து நெருப்பில் இட்டு எடுக்கும் சாம்பலே திருநீறு. இதில் வாசனைப் பொருட்கள் சேர்க்கிறார்கள்.

இந்த ஒரிஜினல் திருநீறு கிருமி நாசினியாகச் செயல்பட்டு, உடலில் ஏற்படும் நோயைத் தீர்க்கிறது. இதைத் தொடர்ந்து பூசுவோருக்கு ஜலதோசம் முதலியன

ஏற்பட்டால் சுகமாகும். சிலருக்கு உடலில் அரிப்பு ஏற்பட்டால் அந்த இடத்தில் திருநீறு பூசுவதுண்டு. வயிற்றுவலி வந்தால் கிராம மக்கள் சிறிது திருநீறை தண்ணீரில் கரைத்துக் குடிக்கிறார்கள். வயிற்றிலும் தொப்புளைச் சுற்றிப் பூசுவர்.

திருநீறு தரித்தால் வாத நோய்கள் 81, பித்த நோய்கள் 61, கப நோய்கள் 15 நோய்களும் நீங்குகின்றன.

அடுப்பை எரித்துக் கிடைக்கும் சாதாரண சாம்பலை செடி கொடிகளின் மீது தூவினாலே அதன்மீது ஊர்ந்து செல்லும் சிறு பூச்சிகள் இறந்துவிடும்.

இப்படியிருக்க இறைவனுக்கு மிகவும் பிடித்தமான பசுஞ்சாண சாம்பலைப் பூசினால், எவ்வளவு மகிமை என்று சொல்லித் தெரிய வேண்டியதில்லை. விபூதி என்பதன் பொருள் 'மேலான செல்வம்!'

நீரில்லா நெற்றி பாழ்!

மந்திரமாவது நீறு!

காலையில் குளித்த பின்பும், இரவு படுக்கும் முன்பும் 'ஓம் நமசிவாய' என்று கூறி திருநீற்றினை இட்டு இறைவன் அருளைப் பெறுவோம்.

* உறங்கும் முன் நெற்றியில் ஆண், பெண் அனைவரும் பொட்டு வைத்துக் கொண்டு உறங்க வேண்டும். இரவில் உறங்கும்போது நம்மை இறைவன் காண வருவார்.

43. வெற்றி தரும் வேல்

சோழ நாட்டில் வசித்த பொய்யாமொழிப் புலவர் சிவனை மட்டுமே பாடி வந்தார். அவரிடம் முருக பக்தர் ஒருவர் முருகனைப் பாடும்படிக் கேட்டார். 'கோழியைப் பாடிய வாயால் குஞ்சைப் பாட மாட்டேன்' எனப் புலவர் மறுத்துவிட்டார். இதுபற்றி முருகனிடம் பக்தர் முறையிட்டார்.

முருகன் புலவர் முன் வேடன் வடிவில் வந்து 'நீர் யார்?' எனக் கேட்டார். 'நான் ஒரு புலவன்' என பொய்யாமொழி பதிலளித்தார்.

"புலவன் என்ற சொல்லே எங்கள் முருகனுக்கு உரியது அலலவா? நீர் புலவர் என்றால் என் பெயரை 'முட்டை'என வைத்து ஒரு பாட்டுப் பாடும்" என்று கேலி செய்தார் முருகன்.

"புலவரும் முட்டையை அடிப்படையாக வைத்து ஒரு பாடலைப் பாடினார். கோழியைப் பாடிய வாயால் குஞ்சைப் பாட மாட்டேன் என்று என் பக்தனிடம் சொன்னீரே! இப்போது குஞ்சுக்கு ஆதாரமான சிறிய முட்டையைப் பாடி விட்டீரே!" என்று தன் வடிவம் காட்டினார். சிவனும் முருகனும் ஒன்றே என்பதை உணர்ந்தார் பொய்யாமொழியார்.

சிவபெருமானின் மறுவடிவமே முருகப் பெருமான். சிவாம்சமே முருகனாகத் திகழ்கிறது. பார்வதி முருகனை விட்டு அகலுவதில்லை.

முருகன் சூரபத்மனை வெல்ல போருக்குப் புறப்பட்டபோது தாயிடம் ஆசி பெற்றார். அப்போது பார்வதி தன் சக்தியை எல்லாம் ஒன்று திரட்டி வேலாகத் தந்தாள்.

சக்திவேல் இல்லாமல் தனித்து முருகன் காட்சி தருவதில்லை. சக்திவேலுடன் கூடிய முருகனே சூரனை வென்று வெற்றி வாகை பெறுகிறார்.

'வேல்' என்றால் வெற்றி. வெற்றி தரும் வேலை வணங்கினால் நம் வாழ்வில் என்றும் வெற்றியே. மேலும், நம்மை தீவினைகளும் அண்டாது.

'ஓம்' என்னும் மந்திரத்தின் பொருளை தந்தைக்கே உபதேசம் செய்தவர். முருகப்பெருமானுக்கு உகந்தவிரதம் சஷ்டி விரதம்.

கந்தசஷ்டி அன்று கந்தனுக்கு அபிஷேகம் செய்த பாலைப் பருகுவோர்க்கு புத்திர பாக்கியம் கிடைக்கும் என்பது நம்பிக்கை.

குடும்பத்தில் துன்பங்கள் நீங்கவும், வேலை வாய்ப்பு, கடன் தொல்லை நீங்கவும், புத்திர பாக்கியம் பெறவும் சஷ்டி விரதத்தை மேற்கொள்வது நன்று.

'சரவண பவ' என்னும் ஆறெழுத்து மந்திரம் மிகவும் சிறப்பானது. இதனை மனமுருகிச் சொல்பவர்கள் செல்வம், கல்வி, முக்தி, எதிரிகளை வெல்லுதல், ஆரோக்கியம், பயமின்றி இருத்தல் ஆகிய ஆறு பலன்களைப் பெற்று மகிழ்வார்கள்.

சஷ்டி விரத நாட்களில் 'சுப்ரமண்ய காயத்ரி' மந்திரத்தை ஜெபித்து முருகப் பெருமானை வழிபடுவது நல்லது.

ஓம் தத்புருஷாய வித்மஹே

மஹா ஸேநாய தீமஹி

தந்நோ ஷண்முக: ப்ரசோதயாத்

எந்தவேளையும் கந்த வேலையே சிந்தியுங்கள்!

44. உள்ளங்கையைப் பார்க்க

'சூரிய உதயத்திற்கு முன் எழுபவர் வாழ்க்கை பிரகாசமாக இருக்கும்'- **அவ்வையார்**

மேற்காணும் பொன்மொழி இந்த இயந்திர உலகிற்குப் பொருந்துமா?

"இரவு உறங்கச் சென்றது பன்னிரண்டு மணி" என்கின்றார் ஒருவர். இவர் நிலைமை அப்படி?

எனவே, பொதுவாக காலையில் எழுந்தவுடன் இருகைகளையும் சேர்த்து விரித்து வைத்து கண்களை திறந்துபார்க்க வேண்டும்.

" கராக்கரே வஸதே லக்ஷ்மி

கரமத்யே சரஸ்வதி

கரமுலேது கௌரீஸ்யாத்

ப்ரபாதே கரதர்சனம்"

அதாவது கைகளின் நுனியில் மகாலக்ஷ்மியும், நடுவில் சரஸ்வதியும், அடி பாகத்தில் பார்வதி தேவியும் வீற்றிருக்கிறார்கள். அவர்களைப் பக்தியுடன் வழிபட்டு கைகளைப் பார்த்தால், நாள் முழுவதும் கல்வி, செல்வம், மன தைரியம் குறைவின்றி சிறப்பாக அமையும்.

சுலோகம் சொல்ல முடியவில்லையே! கவலை வேண்டாம். உள்ளங்கைகளைப் பக்தியோடு பார்த்தாலே போதும். உள்ளங்கைகளைப் பார்த்துவிட்டு தரையைத் தொட்டு வணங்கினாலும் சொந்தவீடு கனவும் நிறைவேறும். கனவு நிறைவேற உள்ளங்கைகளைப் பார்க்கலாமே!

45. கடவுள் மாளிகைக்குச் செல்ல...

முதல்வழி:- பிரார்த்தனை: அது நம்மைப் பாதி தூரம் தான் அழைத்துச் செல்லும்.

இரண்டாம் வழி:- நோன்பு அதாவது விரதம். அது நம்மை மாளிகையின் வாயில் வரை தான் அழைத்துச் செல்லும்.

மூன்றாம் வழி:- ஏழைகளின் துன்பத்தைப் போக்குதல். அது நம்மை கடவுளின் மாளிகையின் உள்ளே அழைத்துச் செல்லும்.

ஏழை ஒருவனுக்கு நீ உதவி செய்யும்போது கடவுள் உனக்கு கடன்பட்டவராகிறார்.

'கடவுளை மகிழ்விப்பதற்காகவே பணி செய்கிறேன்' என்று அடிக்கடி மனதிற்குள் சொல்லுங்கள். **-பரமஹம்ச யோகானந்தர்**

ஆலயம் செல்ல முடியாதவர்கள் கூட

மூன்றாம் வழியைக் கடைப்பிடிக்கலாமே!

46. வெற்றிலை இரகசியம்

வெற்றி தரும் இலை வெற்றிலை. சுவாமிக்கு வெற்றிலை பாக்கு வைத்து வணங்குவது நமது மரபு. தாம்பூலம் எனப்படும் வெற்றிலைக்கு ஜீரணத் தன்மையை அதிகரிக்கச் செய்யும் ஆற்றல் உண்டு. வெற்றிலையோடு சேர்ந்த சுண்ணாம்பு உடலுக்குத் தேவையான கால்சிய சத்தைத் தருகிறது. அதனால் சுப

நிகழ்ச்சிகளில் விருந்துக்குப் பிறகு இது ஜீரணத்திற்காகக் கொடுக்கப்படுகிறது. வெற்றிலை மருந்துப் பொருளாகவும் பயன்படுகிறது. உடல் உஷ்ணத்தைக் குறைக்கும்.

ஆஞ்சநேயருக்கு வெற்றிலை மாலை மிகவும் உகந்தது. அசோகவனத்தில் அனுமன் சீதையைச் சந்தித்து இராமபிரான் அங்கு வரப்போகும் செய்தியை அறிவிக்கின்றார். மகிழ்ச்சியில் திளைத்த சீதாதேவி உடனே அருகில் இருந்த வெற்றிலைக் கொடியை மாலையாக அணிவித்து ஆசிர்வாதம் செய்தார். வியாழக்கிழமை, சனிக்கிழமைகளில் சுந்தர காண்டம் படித்து வெற்றிலை மாலைசாற்றி ஏழைகளுக்கு உதவி செய்தால் அளவில்லா புண்ணியம் கிடைக்கும்.

இல்லத்தில் பூஜை அறையில் சுவாமி படம் முன் இரண்டு வெற்றிலையும் ஒரு ரூபாய் நாணயமும் வைத்து வழிபடுவது நல்லது. வீட்டிற்கு வரும் சுமங்கலிப் பெண்களுக்கு வெற்றிலை பாக்கு, மஞ்சள் குங்குமம் தருவது நல்லது.

வெற்றிலையின் நுனியில் இலட்சுமியும், நடுவில் சரஸ்வதியும், காம்பில் பார்வதியும் இருப்பதாக ஐதீகம்.

இறைவனுக்கு எத்தனை படையலை நிவேதனமாக செய்தாலும் வெற்றிலை பாக்குகு வைக்காவிட்டால் அது முழுமை பெறுவதில்லை.

வெற்றிலையை வாடவிடக்கூடாது

வாடிய வெற்றிலையைப் படைக்கவும் கூடாது

47. கடன் தீர வழியிருக்கு!

‘கடன்பட்டார் நெஞ்சம் போல்’!

‘கடன் காலைச் சுற்றிய பாம்பு போல்!’

என்பார்கள். காலைச் சுற்றிய பாம்பிடம் இருந்து தப்புவது சிரமம்.

ஆனால், நவக்கிரகங்களில் அங்காரகன் என்று போற்றப்படும் செவ்வாயை வணங்கினால் கடன் பிரச்னை விரைவில் தீரும் என்கிறது கந்தபுராணம்.

செவ்வாய்க்குரிய தெய்வம் முருகன். அவருக்குரிய கிழமைகளில் முருகப் பெருமானைத் தரிசிக்கலாம்.

நரசிம்மருக்குரிய ருண விமோசன நரசிம்ம ஸ்தோத்திரம் படிக்கலாம்.

கிருஷ்ணருக்கு சந்தனத்தால் அபிஷேகம் செய்தால் கடன் தொல்லை விரைவில் தீரும்.

செவ்வாயன்று முருகப் பெபருமானுக்கும், செவ்வாய்க்கும் சிவப்பு மலர் கொண்டு அர்ச்சனை செய்யலாம்.

வெண்ணெயில் பிள்ளையார் பிடித்துவழிபட வெண்ணெய் உருகுவது போல் படிப்படியாக கடனும் தீரும்.

ஜோதிடரை நாடுகின்றோம்!

நம்பிக்கையோடு நாடுங்கள் இறைவனை!

48. கட்டுச் சாதம் தேவையா?

இராமாயணம் முழுவதும் தர்மத்தின் பெருமையைப் பற்றிச் சொல்கிறது. பழங்காலத்தில் ஊருக்குப் போகின்ற பிள்ளைக்கு கட்டுச் சாதம் செய்து கொடுத்து வழி அனுப்பும் பழக்கம் உண்டு.

கௌஸல்யாதேவியும் காட்டுக்குகுப் போகிற இராமனுக்குப் பதினான்கு வருஷங்களுக்குக் கெட்டுப் போகாத 'கட்டுச்சாதம்' ஒன்றைக் கொடுத்தாள். அது என்ன தெரியுமா? தர்மம் என்னும் கட்டுச் சோறு.

"இராகவா எந்தத் தர்மத்தை மன உறுதியோடு அனுசரிக்கிறாயோ, அதுவே உன்னைக் காப்பாற்றும்" என்று ஆசிர்வதித்து வழி அனுப்பி வைத்தாள்.

இராமன் காத்து நின்ற தர்மம் கடைசி வரை அவரைக் காத்தது. தர்மம் தலை காக்கும் என்பார்கள். ஆனால், இராவணனுக்குப் பத்துத் தலை இருந்தும், அதர்மத்தால் அத்தனையும் யுத்தத்தில் உருண்டன.

இன்னும் இராமன் தர்மத்தின் வடிவமாக நமக்கு அருள்பாலித்து வருகிறார். இராமனை தியானித்து 'ராமா, ராமா' என்று மனதாரச் சொல்லி வந்தால் தர்மத்தைவிட்டு விலகாத ஆனந்த வாழ்வு கிடைக்கும்.

இராம நாமத்தை ஜெபிப்போம்!

ஹரே ராம ஹரே ராம ராம ராம ஹரே ஹரே!

49. இறைவன் என்ன செய்வார்?

“நம்பினார் கெடுவதில்லை! நான்கு மறைத் தீர்ப்பு!” என்கிறது இந்து மதம்.

“நம்பிக்கை கொள்ளுங்கள்! நலம் பெறுவீர்கள்!” என்கிறது கிறிஸ்தவம்

“ அல்லாஹ்வின் கட்டளையையும், தீர்ப்பையும் குறித்து அதிருப்தி கொள்வது மனிதனின் துர்பாக்கியமே ஆகும்”

என்கிறது இஸ்லாம்.

இப்படி எல்லா மதங்களும் இறைவனின் சித்தம் மனிதனின் சிற்றறிவை விட மேலான, இறைவனை எப்போதும் நம்புங்கள் என்றும் ஒருமித்த குரலில் சொல்கின்றன.

“எனக்கு அதைச் செய், இதைச் செய், நீ செய்தால் நான் உனக்கு தேங்காய் உடைக்கிறேன்; அபிஷேகம் செய்கிறேன்” என்று வேண்டிக் கொள்கிறோம்.

“ஏன் இப்படிச் செய்தாய்? ஏன் அப்படிச் செய்தாய்? என்று இறைவனையே கேள்விகள் கேட்கின்றோம். பல சமயங்களில் எதை எப்போது செய்ய வேண்டும் என்று கூட இறைவனுக்குத் தெரிவிக்கிறோம்.

தேர்வு நெருங்கிக் கொண்டிருக்கும் வேளையில் படிக்க மனமின்றி தொலைக்காட்சியில் ஒளிபரப்பாகும் கிரிக்கெட் விளையாட்டில் மனதைச் செலுத்துகின்றான்.

தேர்வு நன்றாக எழுதவில்லை. தேர்வு முடிவு வெளிவரும் அன்று, ‘‘கடவுளே நான் பாஸ் பண்ணணும்’’ என்று வேண்டுகிறான்.

இறைவன் என்ன செய்வார்? சொல்லுங்கள்

இறைவனுக்கு இரு பக்தர்கள் இருந்தார்கள். இருவரும் அருகருகே குடியிருந்தனர். மேகம் கருகருவென வந்தது. ஒரு வீட்டின் இல்லத் தலைவி, ‘‘கடவுளே! நான் வடாம் இட்டுள்ளேன். அது காயும் வரை மழை வேண்டாம். மழை பெய்தால் எல்லாம் வீணாகிவிடும்’’ என்றார்.

அடுத்த வீட்டு பக்தர், ‘‘கடவுளே! மேகம் இருண்டு உள்ளது. மழை பெய்தால் நேற்று போட்ட தளம் உறுதிப்படுவதற்கு நன்றாக இருக்கும்’’ என்று வேண்டுகிறார்.

எல்லாம் வல்ல இறைவன் இப்போது யாருக்கு செவி சாய்ப்பார்?

இறைவனிடம் கேட்காமல் வேறு யாரிடம் கேட்பது? என்று பக்தர்கள் கூறுவதில் நியாயம் இருக்கிறது.

குழந்தை பிறப்பதற்கு முன்பே தாயின் மார்புகளில் பாலைத் தயார் நிலையில் உருவாக்க முடிந்த இறைவனுக்கு, அண்ட சராசரங்களையும் ஒழுங்கு முறையில் இயக்க முடிந்த இறைவனுக்கு, ஒவ்வொன்றையும் அடுத்தவர் சொல்லித் தெரிய வேண்டும் என்று அவசியமில்லை.

நல்லது நடக்க வேண்டும் என்று பிரார்த்தியுங்கள். தவறில்லை. ஆனால் அதன் பின் எது நடந்தாலும் அது நன்மையாகவே இருக்கும். இன்று புரியாவிட்டாலும் பின்பாவது புரியவரும் என்று நம்பிக்கையுடன் பொறுத்திருங்கள். அதுவே இறைவன் மேல் வைக்கக் கூடிய உண்மையான நம்பிக்கை!

மங்கள மயமானவர் கடவுள். அவர் செய்யும் தீமைக்குள்ளும் நன்மை உண்டு - **அரவிந்தர்.**

இறைவனை நாடுங்கள்!

குழந்தைகளை இறைவழிபாட்டில் ஈடுபடுத்துங்கள்!!

50. உண்மையான சமர்ப்பணம்

இறைவழிபாட்டின்போது ஆலயங்களில் தேங்காய், வாழைப்பழம், பூ, வெற்றிலை பாக்குடன் அர்ச்சனை செய்கிறோம். இல்லங்களில் விசேஷ நாட்களில் இவை அனைத்தையும் வைத்து இறைவனைப் பூஜிக்கின்றோம். இதன் தத்துவம் என்ன என்பதை அறிவோம்.

புஷ்பம்: இறைவனைப் பூஜிக்க பூவும், நீரும் இருந்தாலே போதும். அதனால் புஷ்பம் முதலிடம் பெறுகிறது.

வெற்றிலை: வெற்றிலையின் நுனியில் இலட்சுமியும், நடுவில் சரஸ்வதியும், காம்பில் பார்வதியும் இருப்பதாக ஐதீகம். இறைவனுக்கு எத்தனை படையலை நிவேதனமாகச் செய்தாலும், வெற்றிலை பாக்கு வைக்காவிட்டால் அது முழுமை பெறுவதில்லை. வெற்றி

தரும் இலை வெற்றிலை. பூஜை அறையில் இரண்டு வெற்றிலை பாக்கும், ஒரு ரூபாய் நாணயமும் வைத்திருப்பது நல்லது. வீட்டிற்கு வரும் சுமங்கலிப் பெண்களுக்கும் மஞ்சள், குங்குமம், வெற்றிலை பாக்கும் தருவது மிகவும் நல்லது.

வாழைப்பழம்: மாம்பழத்தைச் சாப்பிட்டு விட்டு கொட்டையை எறிந்தால் மீண்டும் முளைக்கும். ஆனால் வாழைப்பழத்தை வீசி எறிந்தால் மீண்டும் முளைப்பதில்லை. இது பிறவி அற்ற நிலையைக் காட்டுகிறது. மீண்டும் பிறவா நிலை வேண்டும் என்பதற்காகவே இறைவழிபாட்டில் வாழைப்பழம் முக்கிய இடம் பெறுகிறது.

தேங்காய்: தேங்காயின் வெளியே பளபளப்பான மேல்தோல் உள்ளே நார்ப்பகுதி. இவற்றை நீக்கிவிட்டு வழிபாட்டில் வைக்கின்றோம்.

அதேபோல் மனித உடலின் மேல் காணப்படும் அழுக்குகளை அகற்ற வேண்டும்.

தேங்காய்க்குச் சிறிது குடுமி விடப்படுகிறது. அதுபோல் இறைவன் முன் பக்தியுடன் இருக்க வேண்டும்.

தேங்காய்க்கு முக்கண் - நாமும் ஜபமும், தியானமும் செய்தால் மூன்றாவது கண்ணாகிய ஞானத்தினைப் பெறலாம்.

தேங்காய்க்குள் உள்ள நீரை வெளியேற்றுதல்: நம் மனதில் இருக்கும் பந்த பாசங்களை அகற்றி இறைவனைச் சரண் அடைகிறோம்.

தேங்காயின் வெள்ளைப்பகுதி: கள்ளமற்ற நம் மனத்தை இறைவனிடம் தெரியப்படுத்துகிறோம்.

மேற்கண்ட, நான்கு பொருட்களுமே இல்லை என்றாலும், 'இறைவா! உன்னை வழிபட முடியவில்லையே' என்று நினைத்து நினைத்து மனமுருகி விடக்கூடிய கண்ணீராலும் இறைவன் திருப்தி அடைந்து விடுவார்.

அதுவே உண்மையான சமர்ப்பணமாகியும் விடுகிறது.

கருணை உள்ளமே

கடவுள் இல்லமே!

51. கோயிலுக்குள்...

கோயிலுக்குச் செல்வோர் நீராடி, அன்பு உள்ளத்துடனும், ஆசாரமுடனும், உண்மையான பக்தியுடனும் கோயிலுக்குச் செல்ல வேண்டும். உள் பிரகாரங்களில் விழுந்து வணங்கக் கூடாது. கொடி மரத்திற்கு முன் விழுந்து வணங்க வேண்டும்.

ஆலய வலம் வரும்போது நிறைமாதக் கர்ப்பிணிப் பெண் எவ்வாறு மிக மெல்லமாக கவனத்துடன் நடந்து செல்வாளோ அவ்வாறு மிக மெல்லமாக, தெய்வத்திற்குரிய திருமந்திரத்தை (சுலோகம்) மனதில் கூறிக் கொண்டு, தெய்வத்தை வலமாகச் சுற்றி வருவதே 'பிரதட்சணம்' எனப்படும்.

ஆலய வலம் வரும்போது ஒரே ஒரு கையால் இறைவனை வணங்கக் கூடாது. இது நமக்கு

நன்மையைத் தராததுடன் நாம் செய்த புண்ணியத்தையும் அபகரிக்கும்.

பெருமாள் கோயிலுக்கு நேரமற்ற நேரத்தில் சென்று விஷ்ணுவைத் தரிசிக்கக் கூடாது.

தன்னைத்தானே சுற்றிக் கொண்டு செய்யும் பிரதட்சணம் 'ஆத்ம பிரதட்சணம்' எனப்படும். இந்தப் பிரதட்சணத்தை சூரியனுக்கு மட்டும் தான் ஸந்திரயா வந்தனத்தில் செய்யலாம். வேறு எந்த இடத்திலும் 'ஆத்ம பிரதட்சணம்' கூடாது.

சூரியன்	-	2 முறை (ஆத்ம பிரதட்சணம்)
விநாயகர்	-	3 முறை
சிவபெருமான்	-	3 முறை
அம்மன்/தாயார்	-	5 முறை
மகாவிஷ்ணு	-	4 முறை
நவக்கிரகம்	-	9 முறை
அரசமரம்	-	7 முறை

மேற்கண்ட முறைகளில் 'பிரதட்சணம்' செய்வது நல்லது.

52. கோயிலில் செய்யக் கூடாதவை

* இயற்கை உபாதைகளை (மல, ஜலம்) அடக்கிக் கொண்டுகோயிலுக்குச் செல்லக் கூடாது.

* கருப்பு வஸ்திரம் தரித்துப் பூஜை செய்வது, கோயிலுக்குச் செல்வது அபச்சாரம்.

* கோபத்துடன் பூஜை செய்வதோ, ஆலயத்தினுள் செல்வதோ கூடாது.

* கோயிலை வேகமாக வலம் வருதல் கூடாது. கர்ப்பிணிகள் நடப்பது போல் மெதுவாக வலம் வர வேண்டும்.

* மூர்த்திகளைத் தொடுவதோ, மூர்த்திகளின் திருவடிக்கடியில் கற்பூரம் ஏற்றுதலோ கூடாது.

* சுவாமிக்கு நிவேதனம் ஆகும்போது பார்த்தல் கூடாது.

* இருட்டில் பகவானை வணங்கக் கூடாது. இருட்டில் பூஜை செய்யவும் கூடாது.

* ஆலயத்திற்குள் பிறரை வணங்கக் கூடாது.

* வீட்டில் செய்து வரும் நித்திய பூஜையை நிறுத்திவிட்டு ஆலயம் செல்லலாகாது.

* ஒருவரைக் கெடுப்பதற்காக இறைவனை வேண்டுதல் கூடாது.

* ஈரத்துணியுடன் ஆலயத்திலோ, வீட்டிலோ பூஜை செய்யக் கூடாது. ஈமக்கடன் மட்டும்தான் ஈரத்துணியுடன் செய்ய வேண்டும்.

* கோயில் நடை சாத்தியிருக்கும் போதும், மூலஸ்தானம் திரையிட்டு மூடியிருக்கும் போதும் வணங்குதல், வலம் வருதல் கூடாது.

* நந்தீஸ்வரரின் காதில் வாயை வைத்து பிரார்த்ததனை செய்யக் கூடாது. அவர் முன் வணங்கி மனதிற்குள் பிரார்த்தனை செய்ய வேண்டும்.

* விபூதி, குங்கும பிரசாதம் வாங்கி நெற்றியில் இட்டுக் கொண்டு மீதமானவற்றை சுற்றுத் தூண்களில் கொட்டுதல் கூடாது.

* பிரசாதங்களை ஒருவருக்கொருவர் இட்டுக் கொள்ளுதலும் கூடாது. சுவாமிகளைத் தொடுவது கூடாது. திருவடிகளை மானசீகமானத் தொட்டு வணங்குதல் வேண்டும்.

* மற்றவர்களுடன் உலக விஷயங்கள், குடும்ப விஷயங்கள் பேசிக் கொண்டு கோயில்களில் வலம் வரக்கூடாது. ஆலயத்தினுள் தெய்வ சக்தி நிரம்பியிருக்கும். அச்சக்தி நம் உடலில் ஊடுருவும்படி இறைவனையே மனம் முழுக்க வைத்து வலம் வருதல் வேண்டும்.

* பெருவிரலையும், மோதிர விரலையும் சேர்த்துத் திருநீறு இட வேண்டும். மற்ற விரல்களைச் சேர்க்கக் கூடாது.

* ஆசாரமில்லாமல் நடமாடக் கூடாது. ஒரே ஒரு முறை பிரகாரத்தை வலம் வரக் கூடாது.

* கோயிலுக்குள் தூங்குவதும், கால்களை நீட்டி அமர்வதும் கூடாது.

* இரைந்து சிரித்தல் கூடாது. பிறரைத் துன்புறுத்தவோ விளையாடவோ கூடாது. காம எண்ணம் கூடாது. கம்பளி ஆடை அணியக் கூடாது.

* அபிஷேக நேரத்திலும், நிவேதன நேரத்திலும் வணங்கவோ வலம் வரவோ கூடாது.

* பலிபீடம், கொடிமரம், நந்தி பகவான் நிழலில்மிதிக்கக் கூடாது.

* உற்சவர் வீதிஉலா வரும்போது கோயிலில் மூலவரை வணங்கக் கூடாது.

* வழிபடுபவர்களுக்கு எத்த வகையிலும் இடையூறு செய்யக் கூடாது.

53. பலிபீடமும், கொடிமரமும்

புராதனக் கோயில்களில் சுவாமிக்கு முன்புள்ள கொடி மரத்தின் அருகில் பலிபீடம் இருக்கும். மாயையான உலகிலிருந்து விடுபட்டு கோயிலுக்குள் செல்லும் நம்மை பாவம், பிணி, பீடை மற்றும் துர்சக்திகள் தொடரும்.

பலிபீடத்தின் அருகே செல்லும் போது அவற்றை (பாவம், பிணி, பீடை) பலிபீடங்கள் ஏற்றுக் கொண்டு, நம்மை முழுவதும் தூய்மைப்படுத்தி இறைவனை வழிபடச் செய்கின்றன. எனவே, கோயிலுக்குள் செல்லும்போது, முதலில் பலிபீடத்தை வணங்கி விட்டுத்தான் செல்ல வேண்டும்.

பலிபீடத்தை வணங்கிய பிறகு,கொடி மரத்தை கீழே விழுந்து மூன்று முறை வணங்க வேண்டும்.

பலிபீடம், கொடிமரம், நந்தி ஆகியவற்றைச் சேர்த்து மூன்று முறை வலம் வர வேண்டும். அவ்வாறு வலம் வரும்போது கொடி மரத்தின் நிழல் தரையில் பட்டால் அதை மிதிக்காமல் தாண்டியோ, சுற்றியோ தான் செல்ல வேண்டும்.

கொடி மர வலத்தின் போது யாருடனும் பேசக் கூடாது. தலை பூமியை நோக்கி குனிந்திருக்க வேண்டும்.

சுவாமிக்கோ, அம்பாளுக்கோ கோயிலுக்குள் அபிஷேகம் நடந்து கொண்டிருந்தால் அந்நேரத்தில சுற்றி வலம்வரக் கூடாது.

கொடி மர வணக்கத்தின்போது, எவ்வளவு உயர்ந்தவர்கள் எதிரே வந்தாலும் அவர்களுக்கு வணக்கம் தெரிவிக்கக் கூடாது.

ஆலயங்களில் ஒவ்வொரு சன்னதியிலும் சாஷ்டாங்கமாக நமஸ்காரம் செய்தால் மற்ற மூர்த்திகளுக்கு எதிரில் காலை நீட்டிய குற்றம் ஏற்படும்.

பலி பீடத்தை வணங்குவதனால் ஆசைகள் பில கொடுக்கப்படுகின்றன. ஆன்மா புனித நிலையை அடையும். இந்த அந்தராத்மா நிலையை உணர்த் துவதே பலிபீடமாகும்.

54. கோபுர தரினம் கோடிப் புண்ணியம்

ஆலயத்திற்குள் செல்ல நேரமில்லாதவர் அந்த வழியில் செல்லும்போது இறைவனை நினைத்து கோபுரத்தை மட்டுமாவது தரிசித்துவிட்டுச் செல்லலாம்.

ஆலயம் என்பதை படுத்திருக்கும் ஒரு மனிதனின் உடலாக எண்ணிக் கொள்ள வேண்டும்.

கருவறை விமானம் - தலை

அர்த்தமண்டம் - கழுத்து

மகாமண்டபம் - மார்பு (இங்குதான் இதயத்துடிப்பு இருப்பதாக ஐதீகம்)

தொப்புள் - கொடிமரம்

ராஜ கோபுரம் - பாதங்கள்.

இப்படியாக இறைத்திருமேனியாக இருக்கும் கோயிலின் கருவறையின் மேலே ‘விமானம்’ உள்ளது. ‘மானம்’ என்றால் அளவு. ‘வி’ என்றால் கடந்தது. அளவு கடந்த தெய்வீக சக்தி கொண்டது விமானம்.

கோபுரம் = கோ+புரம்

‘கோ’ என்றால் இறைவன். புரம் என்றால் ‘இருப்பிடம்’. இறைவனின் இருப்பிடமே கோபுரம். அதனால் எங்கிருந்து பார்த்தாலும் தெரியும் அளவுக்கு கோபுரத்தை உயரமாகக் கட்டுகிறார்கள்.

ஆலயத்திற்கு அருகில் வீடுகள் கட்டுபவர்கள் ஆலய ராஜ கோபுரத்தின் உயரத்தை விட உயரமாக வீடு கட்டுவது நல்லது அல்ல என்றும் சாஸ்திரங்கள் கூறுகின்றன.

“கோபுர தரிசனம் கோடி புண்ணியம்”

இறைவன் அங்கிருந்தபடியே நமக்கு அருள் பாலிக்கிறார். கோயிலுக்குள் இருக்கும் கோபுரங்களில் இராஜகோபுரம் உயர்ந்ததாக இருக்கும். இதற்கு ‘தூல லிங்கம்’ என்று பெயர். இக்கோபுரத்தை வணங்கிய பின்னரே உள்ளே சென்று இறைவனை வழிபட வேண்டும். இதனால் நம் பாவம் விலகுகிறது.

55. ஆலய தரிசனம்

ஆலயம் என்றால் ஆன்மா லயிக்கும் இடம். ஆலயம் தான் நமது மனதிற்கு சாந்தி அளிக்கும் இடம். ஆலய தரிசனம் செய்பவர்கள் எண்ணற்ற பலன்கள் பெறுவார்கள்.

இறைவனை எங்கு வேண்டுமானாலும், எப்பொழுது வேண்டுமானாலும் வழிபடலாம். வீட்டில் வழிபடும்போது பல இடையூறுகள் வரக்கூடும். மனதில் எண்ண ஓட்டங்கள் இங்கும் அங்குமாக அலை பாய்ந்து கொண்டு இருக்கும். உயிர்கள் இறை பக்தியில் ஒன்றியிருக்கும் இடம் ஆலயம்.

ஆனால் இறைவனிடம் இருக்கும் ஆலயத்திற்குச் சென்று வழிபடும்போது நமது மனம் இறைவனை எண்ணி எண்ணி அமைதி அடையும். இறைவனைத் தவிர மற்ற சிந்தனைகள் மறந்து விடும். இறைவன் அருள்

இருந்தால், நமக்கு அனைத்து வகை நன்மைகளும், செல்வங்களும் வந்து சேரும்.

ஆகையால் தான் நமது நாட்டில் பல ஆலயங்கள் அமைக்கப்பட்டு இறைவனை வழிபட்டு பல மகான்கள் இறைவனடி சேர்ந்துள்ளனர்.

ஆலயங்களுள், ஆயிரங்காலத்து பழங்கால ஆலயங்களுக்கு வருடத்திற்கு ஒரு முறையாவது சென்று வருவது நல்லது.

அண்மைக்கால ஆலயங்கள் நவீன மயமாகக் கட்டப்பட்டுள்ளதால் மனம் ஆலயத்தின் அழகில் ஈடுபடுகின்றது. இறைபக்தி குறைவாகத் தோன்றுகிறது.

தமிழ்நாட்டில் எத்தனையோ விதமான மிக மிக அற்புதமான ஆலயங்கள் உள்ளன. இந்த ஆலயங்கள் ஒவ்வொன்றும் ஒவ்வொரு விதமான குறைகளைத் தீர்த்துத் நம் வாழ்வில் மகத்தான மாற்றங்களை ஏற்படுத்தும் ஆற்றல் கொண்டவை.

இந்த தலங்கள் எல்லாம் ஆயிரம் ஆண்டுகள் பழமை வாய்ந்தவை. இவற்றை அருள் தரும் தலங்கள், பரிகாரத் தலங்கள் என்றும், நம் முன்னோர்கள் கண்டறிந்துள்ளனர். நாம் அவற்றை உணர்ந்து அந்தந்த ஆலயங்களுக்குச் சென்று வழிபட்டால், நிச்சயமாக நமது வாழ்க்கை வளம் பெற்றதாக மாறும்.

எவ்வளவு சோதனை வந்தாலும் ஆலயத்திற்குச் சென்று உண்மையான பக்தியுடன் கடவுளை அணுகுங்கள்; நடக்காது என்று கைவிட்டது கூட நடந்துவிடும்.

'ஆலயம் தொழுவது சாலவும் நன்று'

என்றனர் முன்னோர். தினமும் ஆலயம் சென்று, கடவுளை வணங்கி வருவது ஒரு நல்ல பழக்கம் என்பதோடு, புண்ணியமும் கிடைக்கிறது. ஆலயப் பிரதட்சணத்துக்குப் பெரிய புண்ணியம் உண்டு. ஏதோ ஒரு காரணத்துக்காக, ஆலயத்தை சுற்றி வரநேர்ந்தால் கூட, ஆலய பிரதட்சண பலன் கிடைத்து விடும்.

மாடு மேய்ப்பவன் ஒருவன் கோயில் பக்கமே செல்லாதவன். ஒருநாள் மாடு மேய்க்கும்போது கன்றுக்குட்டி ஒன்று கோயிலுக்குள் நுழைந்து விட்டது. மாடு மேய்ப்பவன் அதை விரட்டிக் கொண்டு உள்ளே சென்றான். கன்றுக்குட்டி வெளியே வந்தபாடில்லை. கன்றுக்குட்டி ஓட ஓட, அவன் பின்னாலேயே விரட்டிக் கொண்டு கோயிலை வலம் வந்தான். எத்தனை முறை என்று கணக்கு இல்லை.

சித்திரகுப்தன் எழுதும் கணக்கு ஏட்டில் அன்றைய தினப்பொழுது புண்ணியப் பகுதியில் இடம்பெற்று விட்டானாம் அவன்.

அதனால் தான் ஒரு நாளைக்கு ஒரு முறையாவது அல்லது வாரத்திற்கு ஒரு முறையாவது ஆலய தரிசனம் செய்யச் சொன்னார்கள் முன்னோர்.

ஆலயம் செல்வோம்!

அருளைப் பெறுவோம்!

56. நோய்கள் தீர...

பொது நிகழ்ச்சிகளில் கலந்து கொள்பவர்கள் ஒருவருக்கு ஒருவர் பேசும்போது ஆலயங்களுக்குச் சென்றது, வீட்டில் நடந்த சுப நிகழ்ச்சிகள் பற்றி பேசிக் கொள்வர். இது அந்தக் காலம்.

இன்றைய சூழலில் இருவருடைய சந்திப்பில் 'எனக்கு சுகர், அருக்கு B.P., கொலஸ்டிரால்' என்று நோய்களைப் பற்றித்தான் உரையாடல் நிகழ்கிறது. அந்தக் காலத்தில் 60 வயது கடந்த பின் சிலருக்கு மட்டுமே சுகர் என்னும் 'பணக்கார நோய்' வரும். ஆனால் இன்று, முப்பது வயதை எட்டினாலே இந்தநோய் வந்து விடுகிறது.

பல மருந்துகள் இருந்தாலும் நோயாளிகளின் மனநிலை மிகவும் பாதிக்கப்படுகின்றது. எதைச் சாப்பிடலாம், எதைச் சாப்பிடக் கூடாது என்று குழம்பிக் கிடக்கின்றனர். மருந்துகள் பல இருந்தாலும் நோய்கள் குறைய ஆன்மீகமும் வழிகாட்டுகிறது.

உடல் ஆரோக்கியத்திற்கு நடைப்பயிற்சி மிகமிக அவசியமாகிறது. உடலின் அனைத்து உறுப்புகளின் முடிவுப் புள்ளிகள் நம் பாதங்களில் முடிவடைகின்றன. செருப்பு அணிந்து நடைபயிற்சி செய்வதை விட, அணியாமல் நடப்பது மிகவும் சிறந்தது. வெளியில் நடப்பதை விட கோயிலுக்குள் வலம் வருவது சுகரை வெகுவாகக் குறைக்கும்.

சுகர் மட்டுமல்ல... இதய நோய், உடல் எடை குறைவு, தைராய்டு, சிறுநீரக கோளாறுகள் பலவும் கோயிலில் வலம் வருவதால் கட்டுப்படுகிறது.

கோயிலில் நடைப்பயிற்சி மேற்கொள்வதால் மேலும் சில நன்மைகள் ஏற்பட வாய்ப்புகள் உள்ளன. வலம் வரும்போது இறைவன் திருநாமத்தை உச்சரிக்கலாம். அல்லது காதால் கேட்கலாம். இதனால்

இறைவனுடைய அன்பும், அருளும் பரிபூரணமாகக் கிடைக்கும். பிற சிந்தனைகளில் மனம் லயிக்காது. மன அழுத்தம் குறையவும் வழி செய்கிறது. கோயிலில் உள்ள அதிர்வலைகளும் வந்து அடையும்.

முன்பு அரச மரத்தை 108 முறை சுற்றுவது, 9 முறை சுற்றுவது என்று வழக்கத்தில் இருந்தது. தற்போது அலுவலகம் செல்ல வேண்டிய அவசரத்தில் காற்றைவிட வேகமாக ஒருமுறை சுற்றுவதே கடினமாக உள்ளது.

மருத்துவரின் ஆலோசனைப்படி சுமார் அரை மணி நேரமாவது கோயிலை வலம் வருவது நல்லது. கோயிலின் சுற்றளவைப் பொறுத்து எண்ணிக்கை எடுத்துக் கொள்ளலாம்.

நோயின்றி வாழ நினைப்பவர்கள் கோயிலை வலம் வரலாம். குழந்தைகளுக்கும் சிறுவயதிலேயே இப்பழக் கத்தை ஏற்படுத்துவது நல்லது.

தன்வந்திரி மந்திரம்:

ஓம் நமோ பகவதே வாஸுதேவாய

தன் வந்த்ரேய அம்ருதகலஸ ஹஸ்தாய

ஸர்வ ஆமய நாசநாய

த்ரைலோக்ய நாதாய

ஸ்ரீ மஹா விஷ்ணுவே நம

இந்த மந்திரத்தைத் தினமும் கூறி வந்தால் நோய்கள் தீரும்.

57.பரிபூரண மனிதன்

செயல்பட வேண்டிய சூழ்நிலையில் வாழ்வா? சாவா? என்ற நெருக்கடியான கட்டத்தில் செயலிழந்து நின்ற மனிதனுக்கு வழி காண்பித்து செயல்படத் தூண்டிய புனித நூல் ஸ்ரீமத் பகவத் கீதை.

'நான் சொல்கிறேன். பேசாமல் கேட்டுக்கொண்டே வா. நான் சொல்கிறபடி நட' என்கிற வகையில் தான் பெரும்பாலும் உபதேசம் நடப்பது வழக்கம். மாறாக இறைவனையே எதிர்க்கேள்விகள் நிறையக் கேட்டு மனிதன் ஞானத் தெளிவு பெற்ற ஒரே புனித நூல் ஸ்ரீமத் பகவத் கீதை.

பகவத்கீதையின் பார்வையில் பரிபூரண மனிதனின் குணாதிசயங்கள்

1. இன்ப துன்பங்களின் சமநிலை:

இன்பம் - துன்பம், விருப்பு - வெறுப்பு, வெற்றி - தோல்வி இவை மனித வாழ்வில் இயல்பு. ஒன்றை அனுபவித்தால் மற்றொன்றையும் அனுபவிக்க வேண்டும்.

துக்கங்களைக் கண்டு யாருடைய மனம் கலங்கவில்லையோ, எவர் இன்பங்களுக்காக ஏங்கவில்லையோ, இச்சை, பயம், கோபம் இவற்றிலிருந்து யார் விடுபட்டு இருக்கின்றானோ அவனே உறுதியான அறிவுடையவன்.

2. ஆசைகளைத் துறத்தல்:

ஆசைகளே மனதில் எழக்கூடாது என்று நினைப்பது சரியல்ல. கடலில் அலைகளே இருக்கக் கூடாது என்று நினைப்பதற்கு அது சமானம்.

“ஆசைகளை அலட்சியப்படுத்து; அதை ஒரு பொருட்டாக நினைத்து அதை நிறைவேற்ற அலைய வேண்டாம். நதிகளில் இருந்து எப்போதும் தண்ணீர் வந்து கடலில் விழுந்த வண்ணம் இருந்தாலும் அது நிரம்பி வழிவதில்லை. அதுபோல எல்லா ஆசைகளையும் அடக்குபவன் சாந்தி அடைகிறான்” என்று ஸ்ரீ கிருஷ்ணர் கூறுகிறார்.

3. புலன்களைக் கட்டுப்பாட்டில் வைத்திருத்தல்:

புலன்களின் வழி சென்று திருப்தி அடைந்தவன் என்று உலகில் எவரும் இல்லை.

“புலன்கள் அலைந்து திரிகையில் மனமும் பின் தொடர்ந்து சென்றால், புயல் காற்று படகை அடித்துச் செல்வது போல் அவன் அறிவை மனம் அடித்துச் சென்று விடுகிறது.” என்கிறார் ஸ்ரீ கிருஷ்ணர்.

“ஆமை எல்லாப் பக்கங்களில் இருந்தும் தன் உறுப்புகளை உள்ளே இழுத்துக் கொள்வதைப் போல ஒருவன் தனது புலன்களை வெளிப்பொருட்களில் இருந்து உள்ளடக்கும் போது அவன் புத்தி உறுதியான நிலையை அடையும்” என்கிறது பகவத்கீதை.

4. ஆன்ம ஞானம்:

ஆசைகளின் பின் ஓடாதே! புலன் இன்பங்களின் பின் செல்லாதே! என்றெல்லாம் சொல்வது எளிது. அதை சாதிக்க அவற்றை விட அதிகமான ஆனந்தமும், அமைதியையும் பெற ஏதோ ஒருசக்தி இருக்க வேண்டும் அல்லவா?

அதுதான் ஆத்ம ஞானம் என்றும் குறையாத நிலையான ஆனந்தமே. தன்னுடைய ஆன்மாவின் உண்மைத் தன்மை என்பதை உணரும்போது அவன் இறைவனுடன் ஐக்கியமாகி விடுகிறான்.

5. இறைவனிடம் சரணாகதி:

இத்தனையும் சாதிக்க இறைவனின் அருள் வேண்டும். தன்னம்பிக்கை ஒரு மனிதனிடம் இருக்கலாம். ஆனால் அவன் சக்திக்கும் மீறி எல்லாம் நடக்கையில் அவனுக்கு இறையருள், இறைவன் மீது நம்பிக்கை தேவைப்படுகிறது.

இறைவனிடம் சரணாகதி அடைந்தபின் ‘இனி எல்லாம் அவன் பார்த்துக் கொள்வான்’ என்று மனம் அமைதி அடைகிறது. அவனால் எதையும் சந்திக்கவும், சாதிக்கவும் முடிகிறது.

கிருஷ்ணர் கூறுகிறார்: ‘வேறு எதையும் சிந்திக்காமல், என்னைப் பற்றியே சிந்தித்த வண்ணம் என்னை வணங்குவோரின் தேவைகளைப் பூர்த்தி செய்யும் பளுவை நான் ஏற்றுக்கொள்கிறேன்’

இதைவிடப் பெரிய ஆசுவாசம் என்ன இருக்க முடியும்?

பகவத்கீதை கூறும் பூரண மனிதனாக, இலட்சிய மனிதனாக நாமும் முயற்சிப்போமா?

58. ஆடி மாதம் அம்மன் மாதம்

ஆடி மாதம் தமிழ் மாதங்களில் நான்காவது மாதமாக வருவது. தமிழ்நாட்டில் ஆடி மாதத்தில் அம்மன் வழிபாடு தொடங்கும். ஏராளமான அம்மன் கோயில்களில் வெள்ளிக்கிழமைகளில் ஒவ்வொரு வாரமும் விமரிசையாக பெரும் விழாக்கள் கெகாண்டாடப்படும்.

ஆடி மாதத்தில் பருவநிலை மாற்றம் ஏற்படும்போது தொற்று நோய்கள் ஏற்படுவது அதிகம். அதனைப் போக்கும் விதமாகவும், ஊரெங்கும் சுத்தம் செய்து வேப்பிலை தோரணங்கள் கட்டி, மஞ்சள் நீரை ஒருவர் மீது ஒருவர் ஊற்றி அதனை விழாவாகவே கொண்டாடுகிறார்கள். இதன் மூலம் கிருமிகள் அண்டாது. மக்கள் மகிழ்ச்சியுடன் இருப்பார்கள். அம்மன் ஆசியும் கிடைக்கும். இத்தனை பெருமை வாய்ந்த ஆடி மாதம் அம்மன் மாதமாகக் கருதப்படுகிறது.

ஆடி மாதம் பிறந்துவிட்டாலே பெரும்பாலான வீடுகளில் மஞ்சளும், வேப்பிலையும் அதிகமாகவே ஆதிக்கம் செலுத்தும். அதேபோல் எல்லா அம்மன் கோவில்ககளிலும், வீடுகளிலும் கூழ் ஊற்றுவதையும், பொங்கல் வைப்பதையும், வேப்பிலையை ஆங்காங்கே கட்டி வைத்து, அமர்க்களப்படுவதையும் பார்க்கலாம்.

வேப்பிலை விரட்டும் நோய்கள்:

வேப்ப மரத்தினுடைய அனைத்து பாகங்களும் மருத்துவ குணங்கள் நிறைந்ததாக இருப்பதால் கிருமி நாசினியாகவும், நோய்த் தொற்றைத் தடுக்கும் குணம் நிறைந்ததாகவு நோய் பயன்படுகிறது. மஞ்சள் சமையலுக்குப் பயன்படுவதோடு மருந்துப் பொருளாகவும் பல வகைகளில் பயன்படுகிறது. இவற்றை எல்லாம் மனதில் கொண்டுதான் நம் மூதாதையர்கள் மஞ்சளையும், வேப்பிலையையும் ஆடி மாதத்தில் அதிக அளவில் பயன்படுத்தி இருக்கின்றனர்.

அம்மன் வழிபாட்டுக்கு வட மாவட்டங்களில் ஆடி வெள்ளியும், தென் மாவட்டங்களில் ஆடிச் செவ்வாயும் முக்கியமானதாகக் கருதப்படுகிறது.

அம்மனை வழிபட:

அம்மனை வணங்க உகந்த மாதங்கள் - தை, ஆடி. அம்மனை வழிபட உகந்த நாட்கள் - செவ்வாய், வெள்ளி. அம்மனைவழிபட உகந்த திதி - அஷ்டமி, சதுர்த்தசி, பௌர்ணமி. அம்மனை வழிபட உகந்த நட்சத்திரம் - உத்திரம்.

அம்மனை 4 முறை வலம் வருதல் நலம். செவ்வாய், வெள்ளிக்கிழமைகளில் அடிப் பிரதட்சணம் செய்யலாம். அம்மன் கோயில்களில் நடைபெறும் கூட்டு வழிபாடுகளில் கலந்துகொள்வது மிகவும் நல்லது. அம்மனுக்கு சிவப்பு, நீலம் மற்றும் பச்சைநிறப் புடவைகளைச் சுற்றி வழிபடலாம்.

நாம் அம்மனுக்கு ஆடைகளைச் சாற்றி வழிபடும் போது அவளது திருவருள் கிடைக்கப் பெற்று பாவங்கள் நீங்கி மோட்சத்தை அடையலாம் என்பது ஐதீகம். நாட்டில் தவறாமல் மழை பெய்து, செழிப்பு ஏற்படவும் ஆடை சாற்றுவது என்பதுநல்லது. ராகு கால பூஜையில் கலந்துகொண்டால் சிரமங்கள் குறைய வாய்ப்புண்டு.

காலையில் கண் விழித்தவுடனே உள்ளங்கைகளைப் பார்த்துத் தரிசித்தாலே முப்பெருந் தேவியரை வவழிபட்ட பலன் கிடைக்கும்.

உள்ளங்கையின் அடிப்பாகம் - பார்வதி, மத்தியில் சரஸ்வதி, மேற்புறத்தில் இலட்சுமியும் கொண்டுள்ளார் கள். முப்பெருந்தேவியரைத் தரிசிக்க நம் உள்ளங் கையே போதுமானது.

பௌர்ணமி நாட்களில் அம்மனைத் தரிசிப்பதால் மிகுந்த பலன் கிடைக்கும். வெள்ளிக்கிழமை பௌர்ணமி யில் காலை மேலூர் திருவுடை அம்மனையும், மதியம் திருவொற்றியூர் வடிவுடை அம்மனையும்,மாலை திருமுல்லைவாயல் கொடியிடை அம்மனையும் தரிசிப்பது தக்க பலன் கிடைக்கும்.

நோயுற்று அல்லல் உறுபவர் வேப்பிலை ஆடை அணிந்து அம்மனைச் சுற்றி வலம் வந்தால் நோயம், பாவமும் நிச்சயமாக அகலும். வெளிப்பிரகாரத்தில் தேங்காயை உருட்டி விடுவர். உருண்டு சென்ற தேங்காய் நிற்கிறதோ அந்த இடத்தில் சாஷ்டாங்கமாக விழுந்து கும்பிடுவர். இப்படி தேங்காயை உருட்டியபடி கோயிலைச் சுற்றி வருவர். இந்த பிரார்த்தனையை ‘அடி தண்டம்’ என்று கூறுவர்.

அவரவர் விருப்பப்படி முழு நம்பிக்கையோடு உண்மையான பக்தியோடு அம்மன் தரிசனம் மேற்கொள்ளலாம்.

ஓம் சக்தி! ஓம் சக்தி! ஓம் சக்தி!

ஓம் ஓம் ஓம்!

அம்மா தாயே சரணம்!

59. காசிக்கு செல்வோர் கவனிக்க!

'காசிக்கு இணையான தலமில்லை

கங்கைக்கு இணையான தீர்த்தமில்லை'

என்பது சொல் வழக்கு. வாழ்நாளில் ஒரு முறையாவது கங்கையில் நீராடி காசி விஸ்வநாதரைத் தரிசிக்க வேண்டும் என்று ஒவ்வொரு பக்தரும் விரும்புகிறார்கள்.

பெற்றோருடன் காசிக்குச் செல்வோர், கங்கைக் கரையில் புனித நீரால் தங்கள் பெற்றோருக்குப் பாதபூஜை செய்ய வேண்டும். அவ்வாறு செய்தால், வாழ்நாள் முடிந்ததும், இந்திரனே நேரில் வந்து தேவலோகத்திற்கு அழைத்துச் செல்வதாக ஐதீகம்.

காசிக்குப் போனவன் காய்தலை விடுவான்!

கங்கைக்குப் போனவன் பாவத்தை விடுவான்!

என்பது பழமொழி.

பிறரது வளர்ச்சியைப் பார்த்து பொறாமைப் படுவதை விட்டுவிட வேண்டும். ஆசை கூடாது. கஞ்சத்தனம் கூடாது. (குரோதம், காமம், லோபம்) காசி

யாத்திரையின் நோக்கமே இந்தத் தீய குணங்கள் நம்மை விட்டு அகல வேண்டும் என்பது தான்.

ஆனால் அந்த வைர வரிகள் தற்காலத்தில் மாறுபாடு அடைந்து ''காசிக்குச் சென்றவன் காய்களை விட வேண்டும்'' என்று மருவி வந்துவிட்டது. 'காய்தல்' என்பது 'காய்கள்' என்றாகிவிட்டது.

அதனால் காசிக்குச் செல்பவர்கள் ''தான் மிகவும் விரும்புகின்ற கத்திரிக்காயைத் தொடுவதில்லை; கொய்யாப் பழத்தைத் தொடுவதில்லை; காசியில் விட்டுவிட்டேன் என்று கூறுகின்றனர்.

உண்மையில் கோபத்தை, பிறர் மீது குறைகூறுவதை, பொறாமைக் குணத்தைக் கொண்ட பிறரைக் 'காய்வதை' விட்டுவிட்டு வர வேண்டும்.

'கங்கைக்குச் சென்றவன் பாவத்தை விடுவான்' கங்கை மிகப்பெரிய ஜீவநதி. அதிலே முங்கிக் குளித்தால் பாவம் தீரும் என்பது ஐதீகம். கங்கையில் மூழ்கும்போது 'இறைவா! நான் அறியாது செய்த பாவங்கள் என்னை விட்டு நீங்கட்டும்'என்று மனதை ஒருமுகப்படுத்தி தியானம் செய்தாலே போதுமானது.

எனவே சண்டை, சச்சரவுகள் இல்லாமல், பொறாமைக் குணத்தை அகற்றி பொன்னான குணத்தை ஏற்று வாழ்க்கையை வாழக் கற்றுக் கொள்வோம்!

60. பாவம் போக்கும் பைரவர்

சிவனின் 64 வடிவங்களில் கால பைரவர் வடிவம் சிறப்பானது. யாகம் ஹோமம், திருமணம், கிரகப் பிரவேஷம் போன்ற சுப காரியங்களின் போது முதல் கடவுளான விநாயகரை வழிபடுவது வழக்கமாக உள்ளது. இந்த விநாயகர் பூஜைக்குப் பின் பைரவரை தியானித்து வணங்குவார்கள்.

பைரவர் எல்லா சிவன் கோயில்களிலும் தனிச் சன்னதியில் அருள்புரிவார். அன்பு வடிவமான சிவபெருமான், தீய சக்திகளை அழிப்பதற்காக ஆவேச நிலையில் எடுத்த வடிவமே பைரவர்.

சிவன் கோயில்களில் இந்த மூர்த்தியே காவல் தெய்வமாக விளங்குகிறார். காலனாகிய எமனையே சம்ஹாரம் செய்து மார்க்கண்டேயனுக்கு அருள் செய்த மூர்த்தி இவர். எனவே இவரை கால சம்ஹார மூர்த்தி என்றும் அழைக்கின்றனர்.

கால பைரவரை வணங்கினால் எதிரிகளின் தொல்லை நீங்கும். திருமணத் தடைகள் விலகும். சனிக்கிழமைகளில் மனம் வீசும் மலர்களால் பைரவரை அர்ச்சித்து வழிபட்டால் சனி தோஷங்களும், நவக்கிரகத் தொல்லைகளும் நீங்கும். தேய்பிறை அஷ்டமி அல்லது

ஞாயிற்றுக்கிழமை ராகு காலத்தில் சிவப்பு மலர்களால் அர்ச்சனை செய்து வழிபட்டால் குழந்தைப் பேறு கிட்டும். வறுமை நீங்கவும், செல்வச் செழிப்பு ஏற்படவும் கால பைரவரை வழிபடலாம்.

பாவம் நீங்கியதால் உயிர்கள் உன்னத நிலையை அடைந்து இறைவன் திருவடியை அடைகின்றன. இதற்கு காரணமாக இருக்கும் கால பைரவரை நாமும் வணங்குவோம்.

பெருமாளைக் காக்கும் பைரவர்:

சிவன் கோயில்களில் பைரவர் காவல் தெய்வமாக இருப்பது வழக்கம். இந்த நிலையில் வள்ளியூர் அருகில் உள்ள திருக்குறுங்குடி என்னும் ஊரில் 108 திவ்ய தேசங்களில் ஒன்றான நம்பி பெருமாள் கோயில் உள்ளது. இங்கு சிவனின் அம்சமான கால பைரவர்பெருமாளுக்கு காவல் தெய்வமாக காவல் புரிந்து வருகிறார்.

இதனால் இக்கோயில் சைவ- வைணவ ஒற்றுமைக்கு சிறப்புப் பெற்ற தலமாக விளங்குகிறது.

61. மழலை அமுதம் வேண்டுமா?

குழந்தை வரம் வேண்டி ஆலயம் தோறும் தேடிச் செல்கின்றனர். மருத்துவமனைகளை நாடிச் செல்கின்றனர் சிலர். ஆனால் எளிய பரிகாரத்தைச் செய்து பலனைப் பெறலாம்.

குழந்தை வரம் தரும் வரப்பிரசாதியாகத் திகழ்பவர் முருகப் பெருமான். மாதம் தோறும் வளர்பிறை சஷ்டி

நாளில் விரதம் இருந்து அருகிலுள்ள முருகன் கோயிலுக்குச் சென்றுவர வேண்டும். காலை அல்லது மாலை கந்த சஷ்டி கவசம் பாராயணம் செய்வது மிக மிக நல்லது. ஆறெழுத்து மந்திரமான 'ஓம் சரவணபவ' என்பதை நேரம் கிடைக்கும் போதெல்லாம் ஜபிக்கலாம்.

திருநீற்றை ஒரு தட்டில் பரப்பிக் கொள்ள வேண்டும். முருகப் பெருமானை மனதில் தியானித்து 'ஓம் சரவணபவ' என்று ஆள்காட்டி விரலால் எழுதிக் கொள்ள வேண்டும். அந்த விபூதியை காலையிலும் இரவு படுப்பதற்கு முன்பும் இருவரும் தொடர்ந்து பூசி வர வேண்டும். 'ஓம் சரவணபவ' திருமந்திரத்தை 108 முறை சொல்வதும் நலம் பயக்கும். விரத நாட்களில் மட்டும் தாம்பத்ய உறவு கூடாது.

குழந்தை பிறந்தவுடன் ஆண் குழந்தையானால் முருகன் பெயரையோ, பெண் குழந்தையாக இருந்தால் வள்ளி, தெய்வானை என்றோ பெயரிடுவதாக பிரார்த்திக் கொள்ள வேண்டும். முருகன் அருளால் கூடிய சீக்கிரம் வீட்டில் மழலைச் செல்வம் தவழ்ந்து விளையாடும்.

முழு நம்பிக்கையோடு பிரார்த்திப்போம்!

மழலை அமுதத்தைப் பெறுவோம்!

****